GUJARATI

ગુજરાતી

LEARN GUJARATI
IN
30 DAYS

Learn the National Languages Series-1 (Gujarati)

LEARN GUJARATI IN 30 DAYS

ISBN 81-7182-005-0

9 788171 820054

Publisher
Diamond Pocket Books (P) Ltd.
X-30, Okhala Industrial Area,
Phase-II, New Delhi-110020
Phone : 011-51611861
Fax: 011-51611866
E-mail : sales@diamondpublication.com
Website : www.diamondpublication.com

Edition : 2005

Price : 50/-

Printed at : Adarsh Printers, Shahdara, Delhi-32

Learn Gujarati In 30 Days Through English

A Word from the Publishers

We are glad to announce that with a view to strengthening the unity of our country, we shall be publishing the book-series **"LEARN THE NATIONAL LANGUAGES"** to enable people of this country to learn any Indian language other than his mother tongue, through the medium of English.

Each book of the series will be divided in five parts. The first two parts will cover the basic knowledge about the language concerned and the rest will be devoted to conversational aspects and practical application of the language.

The books will be prepared under the able guidance of the well-known author and editor of several books. Format and scheme of all books will be the same as that of this book and each book will be prepared in close consultation with the topmost linguists of the language concerned.

We hope, this series will bring together the people of various parts of our country promoting mutual understanding in fostering national unity. We hereby present the book **'Diamond Gujarati Learning And Speaking Course'**

— Diamond Pocket Books

Dedicated to

DR. ASHOK RAMCHANDRA KELKAR
Renowned Philologist of India
whose advice was the source of inspiration

Foreword

THE greatest sensation of life is to learn a language. One has to closely watch a child going through this experience, to be convinced of this. Every time he learn a new word or construction from mother, father or other relatives, his heart is filled with wonder, excitement, thrill and creative urge and he toys with its various forms and tones bringing into play all the creative forces within him.

To learn a new language is to re-enter this wonderful experience of life, opening infinite opportunilities for creative action. Besides, in a fast expanding world transcending all barriers of colour, caste, religion and language, a new language is an essential tool of life.

The book primarily attempts to introduce those whose mother tongue is not Gujarati, to learning of Gujarati by the most natural and the simplest method. It adopts the scientific approach, introducing alphabet, words sentences in that order and application of these in the most common situations of daily life. Situational sentences and conversational sentences selected for the book, reflect the maximum possible commonness of Indian languages and Indian culture. The purpose is that the learner during the process of learning should be sufficiently equipped to converse and transact with a very vast section of Gujarati speaking people throughout India and abroad.

Since Gujarati is the principal link language of the greatest democracy of the world, acquaintance with this not only enables one to establish a direct communication with millions of people, thereby promoting his career prospects and business interests, but also gives him the spiritual satisfaction of belonging to a vast family.

The book can also be helpful to foreigners who are on visit to India as tourists, scholars, diplomats and businessmen as it would enable them to move about in different parts of the country transcending the language barriers.

We hope the book will serve the purpose. It will be popular among the youngsters as well as serious language learner. We are grateful to **Sh. Narendra Kumar, Director of Diamond Pocket Books,** who has wisely taken special initiative to bring out this very useful series. We also express our gratitute to the persons concerned with proof-reading, printing and production of the book.

Krishna Gopal Vikal

Amitabh Dhingra

CONTENTS

PART 4–SITUATIONAL SENTENCES

PART 5–CONVERSATION

APPENDIX

[PART 1–STEPS 1 to 10]

1ST STEP
પહેલી સીડી

WELCOME YOU ALL
તમારા બધાનું સ્વાગત છે

This book is in your hands.

It shows that you intend to learn Gujarati. It is a matter of pleasure to us. It is a language which has vast and rich literature.

We welcome you all for your praiseworthy enthusiasm and fully assure you for the success. You will move on continually–step by step until you reach your destination. Let us start our journey.

Sentences of Greetings in Conversation

In Gujarati, there are no separate clause for timely salutations as in English, e.g. 'Good morning', 'Good evening', 'Good night', etc. We say every time we meet નમસ્તે (Namaste), etc. The people of different religions and faiths alternatively use their own wordings also, e.g. જય રામજી, સત શ્રી અકાલ, સલામ આલેકુમ etc.

While meeting મળતા સમયે

Good morning, Sir!	નમસ્તે, મહોદય	Namaste mahoday!
Good morning,	નમસ્તે, મહોદયા,	Namaste mahodayā!
Good afternoon, my friend!	નમસ્તે મિત્ર કે નમસ્તે દોસ્ત	Namaste mitra!
Good afternoon, my brother!	નમસ્તે, ભાઈ!	Namaste bhāi!
Good evening, boss!	નમસ્તે મહોદય!	Namaste mahoday!
Good evening, my comrade!	નમસ્તે, સાથીદાર!	Namaste Sāthidār!
Good night, my sister!	શુભરાત્રિ, બહેન!	Shubh rātri bahen!

While departing વિદાય લેતા સમયે

Good bye, my child!	વિદાય, મારા બેટા!	Vidāy, mārā betā!
Bye bye!	સારું, વિદાય!	Sārun, vidāy!
Ta-ta!	સારું, વિદાય!	Sārun, vidāy!
Good bye!	વિદાય! આવજો	Vidāy! Aavjo

Good wishes શુભકામનાઓ

Happy Diwali!	શુભ દિપાવલી!	Shubh Deepāvali!
Happy Id!	ઈદ મુબારક!	Id mubārak!
Happy, Guru parva!	શુભ ગુરુ પર્વ!	Shubh Guru purva!
Happy X-mas!	ક્રિસમસની વધાઈ!	Chrismas ni vadhāi!

REMARKABLE ઉલ્લેખનીય

In Gujarati, all Indians can say નમસ્તે (namaste) in salutations. To show his absolute faith in his religion and creed etc. a Muslim will say સલામ આલેકુમ (Salām ālekum), a Sikh સત્ શ્રી અકાલ (Sat shree akāl), a Nationalist જય હિન્દ (Jai Hind) & a Humanist જય જગત્ (Jai jagat).

2ND STEP
બીજી સીડી

ALPHABET
વર્ણમાલા

Gujarati alphabet consists of vowels and consonants which are 11 and 35 respectively.

Here we are going to deal with vovels.

VOWELS સ્વર

અ	આ	ઇ	ઈ	ઉ	ઊ	ઋ
a	ā	i	i	u	ū	ṛ
એ	ઐ	ઓ	ઔ	અં	અ:	
e	ai	o	au	an	aḥ	

Recognise and pronounce–

ઉ	ઊ	અ	આ
ઓ	ઔ	અં	અ:
ઇ	ઈ		ઋ
	એ	ઐ	

1. In Gujarati, there are two classes of vowels:

(i) Short (hrasva હ્રસ્વ) and (ii) long (Sandhi સંધિ vowel)

(i) Short vowel (હ્રસ્વ સ્વર)–

અ	ઇ	ઉ	ઋ
a	i	u	ṛi

(ii) Long vowels (સંધિ-સ્વર)

આ	ઈ	ઊ	એ	ઐ	ઓ	ઔ
āi	i	ū	e	ai	o	au

2. Short vowels are to be pronounced short, and long vowels, long.

Letter	*Pronunciation*	*Remarks*
અ	(short) a	sounds like short 'a' as in sub.
આ	(long) ā	sounds like short 'ā' as in far.
ઇ	(short) i	sounds like short 'i' as in is.

ઈ	(long) ī	sounds like short 'ī' as in **meet.**
ઉ	(short) u	sounds like short 'u' as in **put.**
ઊ	(long) ū	sounds like short 'ū' as in **wool.**
ઋ	(short) ṛi	sounds like short 'ri' as in **rib.**
એ	(long) e	sounds like short 'e' as in **say.**
ઐ	(diphthong) ai	sounds like short 'ai' as in **ass.**
ઓ	(long) o	sounds like short 'o' as in **role.**
ઔ	(long) au	sounds like short 'au' as in **shout.**
અં	(long) an	sounds like short 'un' as in **hunger.**
અ:	(long) aḥ	sounds like short 'h' as in **aḥ.**

REMARKABLE ઉલ્લેખનીય

* ઋ is different from રિ in pronunciation. Atually ઋ is used in writing only તત્સમ or સંસ્કૃત words. It is not accepted as a vowel within the Gujarati phọnetic set-up.
* અં, (ઑ) અ: are not vowels, but semi-consonants (અયોગવાહ). For the sake of convenience, these are put among vowels.

3RD STEP
ત્રીજી સીડી

ALPHABET
વ્યંજન

As we know, there are 35 consonants in Gujarati. Some are peculiar to Gujarati, and they have no equivalent in English.

The. consonants are reproduced below in the matter in which they are generally found in Gujarati books.

ક	ખ	ગ	ઘ	ઙ	ચ	છ	જ	ઝ	ઞ
ka	kha	g	gha	na	cha	chha	ja	jha	na
ટ	ઠ	ડ	ઢ	ણ	ત	થ	દ	ધ	ન
ṭa	ṭh	ḍa	ḍha	ṇa	ta	tha	da	dha	na
પ	ફ	બ	ભ	મ		ય	ર	લ	વ
pa	pha	ba	bha	ma		ya	ra	la	va
શ	ષ	સ	હ					ડ઼.	ઢ઼.
sha	ṣha	sa	ha					ṛa	ṛha

1. અ (a) is incorporated in every consonant sound, but while pronouncing words this final vowel sound is often dropped. As– બચત (Bachata) is pronounced like બચત્ (Bachat).

2. If any consonant is to be wrtten where the vowel અ is not blended wih it, a sign હલ ( ) is used. As પશ્ચાત (Pashchāt).

3. The consonants without અ or any other vowel can be written as are shown below–

ક્ + અ = ક   ચ્ + આ = ચા   ત્ + અ = ત   પ્ + આ = પા

Identify and pronounce–

ગા મા ભા ર સા ખા શા વા બા ક

દા ધા ઙ ડ ડ઼ ઢ઼ ઢ ટ ણા ઠ

ટા ના ચા થા ચા જ છ દ ફ પા

લ ષ સ શ હ

Kinds of Consonants

4. Basically the consonants are of three kinds– (i) સ્પર્શ (ii) ·

(ii) અંતસ્થ and (iii) ઊષ્મ.

From ક to મ the first 25 consonants are known as સ્પર્શ વ્યંજન. Among the remaining eight consonants, the first four, i.e., ય, ર, લ વ are અંતસ્થ વ્યંજન, and the letter four શ, ષ, સ, હ are ઊષ્ણ વ્યંજન.

Pronunciation of consonants.

Letter	Pronunciation	Remarks
ક	ka	k, as in **king**.
ખ	kha	ck-h, as in **black-hole** (but as a single sound).
ગ	ga	g, as in **gate**.
ઘ	gha	gh, as in **ghost**.
ઙ	na	ng, as a **long**.
ચ	cha	ch, as a **such**.
છ	chha	ch-h, as in **church-hile** (as a single sound).
જ	ja	j, as in **jug**.
ઝ	jha	ge-h, as in **large-hill** (as a single sound).
ઞ	na	nya, as in **lanyard** (as a single sound).
ટ	ta	t, as in **tank**.
ઠ	tha	t-h, as in **short-hand** (as a single sound).
ડ	da	d, as in **day**.
ઢ	dha	d-h, as in **sand-hill** (as a single sound).
ણ	na	n, as a **band**.
ત	ta	t (softer than English t: similar to Italian pronunciation) as Gujarati તટ (taṭ)
થ	tha	th, as in **thumb**.
દ	da	d, as in **thus**.

ધ	dha	**aspirate** દ not found in English. As in Gujarati word **dharma.**
ન	na	n, as in **not.**
પ	pa	p, as in **pot.**
ફ	pha	ph, as in **loop hole** (as a single sound).
બ	ba	b, as in **bat.**
ભ	bha	bh, as in **sub-house** (as a single sound).
મ	ma	m, as in **man.**
ય	ya	y, as in **young.**
ર	ra	r, nearly as in **rate.**
લ	la	l, as in **land.**
વ	va	v or w, as in vote or **wine.**
શ	sha	sh, as in **shut.**
ષ	ṣa	not found in English. Actually in Gujarati ષ differs. little from શ. As in Gujarati word ધનુષ
સ	sa	s, as in **some.**
હ	ha	h, as in **has.**
ડ.	ṛa	r, as in Gujarati word જડ઼ As American pronounce r in very.
ઢ.	ṛha	as in Gujarati word ગઢ઼ & લઢ઼ It is not found in English language.

Some important points to be remembered

1. ડ., ઞ, ણ, ડ઼ or ઢ઼ never come in the beginning of a world.
2. The use of ઙ & ઞ has almost disappeared from modern Gujarati.
3. ખ, ઘ, છ ટ ઠ ઢ, ણ, ધ ફ ભ and ષ are the consonants, which are peculiar to Gujarati, and in fact, they have no equivalent in English. The accurate pronunciation of above letters can only be mastered through the practice.

4TH STEP
ચોથી સીડી

HOW TO WRITE ALPHABET

1. Gujarati is written from left to right as the Roman script.

2. How to begin writing is clearly indicated by numbers 1, 2, 3, 4, 5. Start writing from No. 1, 2, 3 and so on. You will find, you are on the right path.

Let us begin to write vowels and consonants respectively.

VOWELS સ્વર

અ   આ   ઇ

ઈ   ઉ   ઊ

ઋ   એ   ઐ

ઓ   ઔ   અં

અઃ

Consonants વ્યંજન

ક	ખ	ગ	ઘ
ઙ	ચ	છ	જ
ઝ	ઞ	ટ	ઠ
ડ	ઢ	ણ	ત
થ	દ	ધ	ન
પ	ફ	બ	ભ
મ	ય	ર	લ
વ	શ	ષ	સ
હ	ક્ષ	ત્ર	જ્ઞ
	ડ઼	ઢ઼	

REMARKABLE ઉલ્લેખનીય

1. In this chapter, these are all standardized letters. These must be learnt.
2. Gujarati script is written from left to right.
3. ક્ષ, ત્ર, જ્ઞ are not consonants; these are Conjuncts.
4. The strokes for every letter are marked. Try to write accordingly.

5TH STEP
પાંચમી સીડી

VOWELS & THEIR ABBREVIATED FORMS
સ્વર અને એમની માત્રાઓ

In Gujarati script, there are two forms of vowels–(i) Syllabic forms, and (ii) Abbreviated forms. Here ae syllabic forms and abbreviated forms of Gujarati vowels–

Syllabic Forms : અ આ ઇ ઈ ઉ ઊ ઋ એ ઐ ઓ ઔ અં અ:

Abbreviated Forms : ા િ ી ુ ૂ ૃ ે ૈ ો ૌ

1. (i) Syllabic forms of vowels are used sepaately. As–
આવ Come આવો (āvo) Come આવો (āvo) Please come

(ii) Abbreviated forms of vowels are used combined with preceding consonants characters as follow.

(a) ા ી ો ૌ follow the consonant.

(b) િ precedes it.

(c) ુ ૂ ૃ are subscripts.

(d) are subscripts

These are abbreviated forms of vowels, called matras ..

Combination of Abbreviated Forms of Vowels (Mātrās) with Consonants

2. Let us combine the intra-syllabic forms of all vowels (માત્રાઓ) with consonants **ક્ (k)**. They are called બારાખડી (bārākhari)

ક	કા	કિ	કી	કુ	કૂ	કૃ	કે	કૈ	કો	કૌ	કં	કઃ
ka	**kā**	**ki**	**kī**	**ku**	**kū**	**kṛ**	**ke**	**kai**	**ko**	**kau**	**kam**	**kaḥ**

Thus the *Mātras* can be combined with all preceding consonants. Now we elaborate this combination.

ખ	ખા	ખિ	ખી	ખુ	ખૂ	ખૃ	ખે	ખૈ	ખો	ખૌ	ખં	ખઃ
kha	khā	khi	khi	khu	khū	khṛ	khe	khai	kho	khau	kam	khaḥ
ગ	ગા	ગિ	ગી	ગુ	ગૂ	ગૃ	ગે	ગૈ	ગો	ગૌ	ખં	ખઃ
ga	gā	gi	gi	gu	gū	gṛ	ge	gai	go	gau	gam	gaḥ
ઘ	ઘા	ઘિ	ઘી	ઘુ	ઘૂ	ઘૃ	ઘે	ઘૈ	ઘો	ઘૌ	ઘં	ઘઃ
gha	ghā	ghi	ghi	ghu	ghū	ghṛ	ghe	ghai	gho	ghau	gam	ghaḥ
ચ	ચા	ચિ	ચી	ચુ	ચૂ	ચૃ	ચે	ચૈ	ચો	ચૌ	ચં	ચઃ
cha	chā	chi	chi	chu	chū	chṛ	che	chai	cho	chau	cam	chaḥ
ટ	ટા	ટિ	ટી	ટુ	ટૂ	ટૃ	ટે	ટૈ	ટો	ટૌ	ટં	ટઃ
ṭa	ṭā	ṭi	ṭi	ṭu	ṭū	ṭṛ	ṭe	ṭai	ṭo	ṭau	ṭam	ṭaḥ
ત	તા	તિ	તી	તુ	તૂ	તૃ	તે	તૈ	તો	તૌ	તં	તઃ
ta	tā	ti	ti	tu	tū	tṛ	te	tai	to	tau	tam	taḥ
પ	પા	પિ	પી	પુ	પૂ	પૃ	પે	પૈ	પો	પૌ	પં	પઃ
pa	pā	pi	pi	pu	pū	pṛ	pe	pai	po	pau	pam	paḥ
ય	યા	યિ	યી	યુ	યૂ	યૃ	યે	યૈ	યો	યૌ	યં	યઃ
ya	yā	yi	yi	yu	yū	yṛ	ye	yɜi	yo	yau	yam	yaḥ
ર	રા	રિ	રી	રુ	રૂ		રે	રૈ	રો	રૌ	રં	રઃ
ra	rā	ri	ri	ru	rū		re	rai	ro	rau	ram	raḥ
લ	લા	લિ	લી	લુ	લૂ	લૃ	લે	લૈ	લો	લૌ	લં	લઃ
la	lā	li	li	lu	lū	lṛ	le	lai	lo	lau	lam	laḥ
વ	વા	વિ	વી	વુ	વૂ	વૃ	વે	વૈ	વો	વૌ	વં	વઃ
va	vā	vi	vi	vu	vū	vṛ	ve	vai	vo	vau	vam	vaḥ
શ	શા	શિ	શી	શુ	શૂ	શૃ	શે	શૈ	શો	શૌ	શં	શઃ
sha	shā	shi	shi	shu	shū	shṛ	she	shai	sho	shau	sham	shaḥ
સ	સા	સિ	સી	સુ	સૂ	સૃ	સે	સૈ	સો	સૌ	સં	સઃ
sa	sā	si	si	su	sū	sṛ	se	sai	so	sau	sam	saḥ
હ	હા	હિ	હી	હુ	હૂ	હૃ	હે	હૈ	હો	હૌ	હં	હઃ
ha	hā	hi	hi	hu	hū	hṛ	he	hai	ho	hau	ham	haḥ

etc. etc. વગેરે-વગેરે.

3. Vowels – signs (Mātrās) are used in the same way with all the consonants excepting ઉ and ઊ with ર as–

ર + ઉ = રુ   ર + ઊ = રૂ

Making the words combining vowels 'with' consonants

Let us combine the vowels with consonant and make words. Thus we shall attain knowledge of various sounds of Gujarati language and learn the meanings of many words.

(i) Combining the vowel આ (ā) with consonants

Combination of આ will be like-wise—

કામ **kām**, work
માતા **mātā**, mother
મોટા **motā**, big
તારા **tārā**, star.
ઘરેણા **gharenā**, ornaments

નામ **nām**, name
છાયા **chāyā**, shadow
શાક **shāk**, vegetable
સાકર **sākar**, sugar
ઝરણા **jharnā**, fountain

(ii) Combining the vowel ઇ (i) with consonants.

When joined to a consonant, original vowel ઇ gives place to its sign િ, which is used before the consonants concerned.

દિવસ **divas**, day
પિતા **pitā**, father
શિકાર **shikār**, hunting
મિત્ર **mitra**, friend
શનિવાર **shanivār**, Saturday

બાકસ **māchis**, match stick
શિક્ષા **shikshā**, education
ગતિ **gati**, speed
ચિત્ર **chitra**, picture
રવિવાર **ravivār**, Sunday

(iii) Combining the vowel ઈ (i) with consonants

ઠીક **thik**, right
ગરીબ **garib**, poor
દિવસ **divas**, wall
ગરમી **garmi**, heat

ગીત **git**, song
શરીર **sharir**, body
પાણી **pāni**, water
રાણી **rani**, queen

(iv) Combining the vowel ઉ (u) with consonants

When ઉ (u) or ઊ (ū) is to be blended with a consonant except ર, its abbreviated form is put under the consonant.

ઉ (u)

ગુણ **gun**, quality
ગુલાબ **gulāb**, rose
પશુ **pashu**, animal

ગુરુ **guru**, teacher
ચૂંટણી **chunāv**, election
વાયુ **vāyu**, air

ઊ (ū)

ભૂલ **bhūl**, mistake દૂધ **dūdh**, milk
ફૂલ **phūl**, flower
ચાકૂ **chāku**, knife

મૂળો **mūlo**, radish
ડાકૂ **dāku**, dacoit

When ઉ (u) or ઊ (ū) is to be blended with ર –

ruchi, interest
રુમાલ **rumāl**, hankie

rudhir, blood

ઊ (ū)

રૂપ **rūp**, beauty

શરૂ **sharū**, begin

22

રૂપિયો **rūpio**, rupee

(v) Combining the vowel ઋ (ṛi) with consonant

The pronunciation of 'ri' in English word 'bridge'. Its pronunciation is somewhere between અ & ઇ Actually a bit near to ઇ. But in modern Gujarati it is usually pronunced as ક્રિપા (kripā).

That are some examples in which the combination of ઋ with different Consonants can be seen.

કૃપા **kripā**, kindness
ઘૃણા **ghrinā**, hate
કૃષિ **krishi**, agriculture
ગૃહ **griha**, house
પૃથક **prithak**, separate
કૃપણ **kripan**, miser

(vi) Combining the vowel એ (e) or ઐ (ai) with Consonants.

એ (e)

દેશ **desh**, country
ખેતર **Khetar**, field
મને **mane**, to me
એને **ene**, to him
સેવા **sevā**, service
સેના **senā**, army
લેવા **levā**, to bring
વેચવા **vechvā**, to sell

ઐ (ai)

દૈનિક **dainik**, daily
કૈલાશપતિ **kailāsh**, name of God Shiva
સૈનિક **sainik**, soldier
મૈત્રી **maitri**, friendship
સૈર **sair**, to loiter

(vii) Combining the vowel ઓ (o) or ઔ (an) with consonants.

ઓ (o)

ચોર **chor**, thief
મોર **mor**, peacock
દોષ **doṣ**, fault
કોષ **koṣ**, treasure
તોડ **toḍ**, to break
જોડ **joḍ**, to attach
ભોજન **bhojan**, food
બોલ **bol**, to speak

ઔ (au)

ઔપચારિક, aupachārik, formal
ભૌતિક **bautik**, Geography
ઔષધિ, **aushadhi**, medicine
મૌન, **mauṇ**, silence

(viii) Combining the semi-vowels (અયોગવાહ) with consonants.

In Gujarati, there are two અયોગવાહ (semi-vowels)–

(i) અનુસ્વાર (Anuswār) – It is placed above the vowel (e.g. અંગ) or consonant vowel after which it is pronunced (e.g.

23

મંદ).

(ii) વિસર્ગ (Visarga) – it is placed after the vowel or consonant + vowel. (e.g. નિ:સંદેહ, દુ:ખ, etc.) It is used with the Sanskrit words.

Let us have some more words

અનુસ્વાર (.)

અંક **anka**, number — અંગ **anga**, body

અંશ **ansha**, part — સિંહ **sinha**, lion

વિસર્ગ (:)

દુ:ખ **dukha**, sorrow — નિ:સંકોચ **niḥsankoch**, unhesitating

પુન: **punaḥ**, again — દુ:સહ **duḥsah**, unbearable

REMARKABLE ઉલ્લેખનીય

1. The abbreviated form of vowel ઇ (િ) is put before the concerned consonant.
2. The vowel signs (માત્રાઓ) are used in the same way with all the consonants except ઉ & ઊ with ર as–
   ર + ઉ = રુ   ર + ઊ = રૂ
3. There are much difference among હસ and હંસ. હસ is un-nasal word and હંસ is nasal word.
4. Mostly the visarga (વિસર્ગ) is used in Sanskrit words as in – દુ:ખ, નિ:સંદેહ etc.

24

6TH STEP
છઠી સીડી

CONJUNCTS
સંયુક્ત વર્ણ

ક્ષ ત્ર જ્ઞ These are three additional letters, which are conjunctures of two consonants and one vowel. Thus they are called conjuncts.

These conjuncts can be separated in this way–

ક્ષ = ક્ + ષ્ + અ ksa : A in – કક્ષા kakṣā, class

ત્ર = ત્ + ર્ + અ tra : As in – પત્ર patra, letter

જ્ઞ = જ્ + ઞ્ + અ jña : As in – જ્ઞાન jnān or gyān, knowledge

સંયુક્ત વર્ણ When two or more consonants have no vowel between them and they are pronunced together, are called conjuncts.

As– ગ્ + વ = ગ્વ   દ્ + દ = દ્દ   ફ્ + ત = ફ્ત

ક્ + ર = ક્ર   ટ્ + ટ = ટ્ટ

The consonants may be divided into five groups for making conjuncts:

(a) પાઈવાળા વ્યંજન (Consonants ending in a vertical line) as– ગ્ = ગ.

(b) ખૂંટીવાળા પાઈવાળા વ્યંજન (Consonats of group 'a' having curve on the right), as–ક્ = ક્

(c) વગર પાઈવાળા વ્યંજન, જે સંયુક્તાક્ષરના રૂપમાં ઊપર-નીચેલખાય છે. (Consonants not ending in a vertical line, which are formed by writing the second-one just below the first) As–

દ્ + ધ = દ્ધ.

(d) વગર પાઈવાળા વ્યંજન, જે સંયુક્તાક્ષરના રૂપમાં જુદા જુદા પહેલા વ્યંજનમાં હલ્ લગાવીને લખાય છે.

(Consonants not ending in vergical line, which are formed by writing the first-one with a Hal-mark) As– ટ્ + ઠ = ટ્ઠ.

(e) સંયુક્તાક્ષરોના અપવાદ રૂપ (Exceptional forms of conjuncts)

As–ર્ + ક = ર્ક;   ડ્ + ર = ડ્ર   દ્ + મ = દ્મ

શ્ + ર = શ્ર.

In this group, there are some irregular conjuncts which do not follow any rule.

Now we shall see the conjuncts into the aforesaid groups.

Group one પાઈવાળા વ્યંજન

ગ્ગ ગ્ઘ ણ્ણ ચ્ચ ચ્છ જ્વ

ત્થ ધ્ય ન્ય પ્વ બ્ય ભ્ય

મ્ય લ્ય બ્ય શ્ક ષ્ય સ્વ

Group two ખૂંટીવાળા પાઈવાળા વ્યંજન

ક્ + ય = ક્ય ક્ય ક્વ ક્ત ક્લ

ફ્ + ત = ફ્ત ફ્ત ફ્ય ફ્વ ફ્ન

ક્ + ક = ક્ક ક + ક = ક્ક

Group three પાઈ વગરના વ્યંજન (ઊપર નીચે લખાય)

દ્ + દ = દ્દ દ્ + ધ = દ્ધ હ્ + ર = હ્ર

દ્ + વ = દ્વ દ્ + ર = દ્ર ડ્ + ર = ડ્ર

Group four પાઈ વગરના વ્યંજન (જુદા જુદા લખાય)

ટ્ + ટ = ટ્ટ ટ્ + ઠ = ટ્ઠ

ડ્ + ડ = ડ્ડ ઠ્ + ય = ઠ્ય

Group five સંયુક્તાક્ષરોના અપવાદરૂપ

(i) with ર

ક્ + ર = ક્ર ગ્ર ઘ્ર જ્ર ઝ્ર

ત્ + ર = ત્ર ત્ર દ્ર ધ્ર

પ્ + ર = પ્ર ફ્ર બ્ર ભ્ર મ્ર

શ્ + ર = શ્ર વ્ર સ્ર

(ii) with other consonants

ર્ + ક = ર્ક ર્ખ ર્ગ ર્ઘ ર્ચ

ર્ + છ = ર્છ ર્જ ર્ટ ર્ઠ ર્ઢ

ર્ + ણ = ર્ણ ર્ત ર્થ ર્દ ર્ધ

ર્ + ન = ર્ન ર્પ ર્ફ ર્બ ર્ભ

ર્ + મ = ર્મ ર્ય ર્વ ર્લ ર્શ

ર્ + ષ = ર્ષ ર્સ ર્હ

(iii) with ય, મ ન

હ્ + મ = હ્મ, or હમ

હ્ + ય = હ્ય, or હય

હ્ + ન = હ્ન, or હન

હ્ + વ = હ્વ, or હવ

હ્ + મ = હ્મ, or હમ

હ્ + ય = હ્ય, or હ્ય

(v) ક્ષ, ત્ર, જ્ઞ

ક્ + ષ = ક્ષ (કક્ષા)

ત્ + ર = ત્ર (પત્ર)

જ્ + ઞ = જ્ઞ (જ્ઞાની)

Let us learn some words constituted with various conjuncts.

[ક્] ભક્તિ **bhakti**, devotion
શક્તિ **shakti**, power

[સ્] ઉપસ્થિત **upasthit**, present
સ્થિતિ **sthiti**, position

[દ્] વિદ્યા **vidyā**, education
દ્વારા **dvarā**, through

[પ્] જપ્ત **japta**, takenover
સપ્તાહ **saptāh**, week

[ચ્] સચ્ચાઈ, **sachhāi**, truth

[ટ્] ટટ્ટૂ **tattū**, pony, horse,

[લ્] કબાટ **kabāt**, cupboard

[ર્-] કાર્ય **karya**, work
અર્થ **artha**, meaning
વર્ષ **varsh**, year
વર્ષા **varshā**, rain
કાર્યાલય **kāryālaya**, office

[ખ્] મુખ્ય **mukhya**, chief
સંખ્યા **sankhyā**, number

[ગ્] યોગ્ય **yogya**, able
લગ્ન **lagna**, marriage

[ત્] યત્ન **yatna**, effort
સત્ય **satya**, truth

[ન્] ન્યાય **nyāy**, justice
અન્ય **anya**, other

[જ્] લજ્જા **lajjā**, shame

[ડ્] અડ્ડો **addo**, station

[ણ્] પુણ્ય **punya**, virtue

[-ર્] પ્રકાશ **prakāsh**, light
ગ્રામ **grām**, village
ક્રમ **kram**, series
શ્રમ **shram**, labour
ડ્રામા **drāmā**, drama
રાષ્ટ્ર **rāṣhtra**, nation

REMARKABLE ઉલ્લેખનીય

1. ક્ષ, ત્ર, જ્ઞ are additonal letters. They are conjuncts.
2. ત્ર, ક્ર, હ્મ, હ્ય, શ્ર દ્ય are alternatively written as ત્ર, હ્મ, હ્ન, શ્ર, દ્ય.
3. ક્ર means that the first consonat ક is હલ્ (without vowel) .ર્ક means that the first consonant ર્ is હલ્ (without vowel). Thus ટ્ર means that the first consonat ટ્ is હલ્ (without vowel). Learn it.
4. The usage of ઙ્ ઞ્ ણ્ ન્ મ્ in the words અઙ્ક, આઞ્ચલ, દણ્ડ, અન્ત, કમ્પન etc. has been excluded from modern Gujarati language. Now અનુસ્વાર (anuswār) is put instead of them. As અંક, આંચલ, દંડ, અંત, કંપન etc.

27

7TH STEP

સાતમી સીડી

THE PARTS OF SPEECH

શબ્દોના ભેદ

1. A sentence consist of two parts – ઉદ્દેશ્ય (Subject) and વિધેય (Predicate). ઉદ્દેશ્ય is that about which something has been said in the sentence. વિધેય is what has been said about it.

Both the ઉદ્દેશ્ય and the વિધેય may consist of more than one word. This, every word in a sentence performs a definite funtion .

2. There are eight categories of classes of words which are called 'Parts of Speech.' The are–

1. સંજ્ઞા (Noun)
2. સર્વનામ (Pronoun)
3. વિશેષણ (Adjective)
4. ક્રિયા (Verb)
5. ક્રિયા-વિશેષણ (Adverb)
6. સંબંધ-બોધક (Post-position)
7. યોજક (Conjunction)
8. વિસ્મયાદિબોધક (Exclamation)

The first four are વિકારી (Declinable), and second four are અવિકારી (Indeclinable).

Now, read carefully the following sentences–

ઓહ! નાના ભાઇ અને બહેને મને રૂમની અંદર ધીરે ધીરે કહ્યું.

Oh! Younger brother and sister tole me quietly in the room.

In the above sentence–

ઓહ! નાના ભાઇ અને બહેને is ઉદ્દેશ્ય (subject).

and–

મને રૂમની અંદર ધીરે ધીરે કહ્યું is વિધેય (Predicate)

Let us explain every word of this sentence in detail gramatically and try to test each word what part of speech it is.

(1) ઓહ (oh) – Exclamation[8]

(2) નાના (younger) – Adjective[3]

(3) ભાઇ (brother) – Noun[1]

(4) અને (and) – Conjunction[7]

(5) બહેને (sister) – Noun[1]
(6) મને (to me) – Pronoun[2]
(7) (રૂમની) અંદર [inside (the room)] – Post-position[6]
(8) ધીરે ધીરે (quietly) – Adverb[5]
(9) કહ્યું (told) – Verb[4]

Thus, we learn the role of every part of speech. In the following chapters, we shall explain every constituent of sentence very briefly.

THE PARTS OF SPEECH
શબ્દના ભેદ

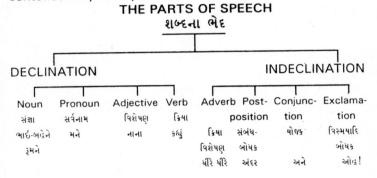

DECLINATION				INDECLINATION			
Noun	Pronoun	Adjective	Verb	Adverb	Post-position	Conjunction	Exclamation
સંજ્ઞા	સર્વનામ	વિશેષણ	ક્રિયા	ક્રિયા વિશેષણ	સંબંધ-બોધક	યોજક	વિસ્મયાદિ બોધક
ભાઇ-બહેને રૂમને	મને	નાના	કહ્યું	ધીરે ધીરે	અંદર	અને	ઓહ!

NOUN
સંજ્ઞા

A noun is a world which is a name of anything.

There are thee kinds of nouns, in Gujarati.

(i) વ્યક્તિવાચક Proper noun
(ii) જાતિવાચક Common noun
(iii) ભાવવાચક Abstract noun

ગોપાલ એક પુરુષ છે. Gopal is a man
મુંબઇ એક નગર છે. Bombay is a city.
બાઇબલ એક પુસ્તક છે. Bible is a book.

(i) ગોપાલ, મુંબઇ અને બાઇબલ are the names of particular person, place and thing respectively. Thus these are proper nouns.

(ii) પુરુષ, નગર and પુસ્તક are the names of any person, place and thing of the same class respectively. Thus these are common nouns.

(iii) Abstract noun is the third kind of noun. It is a name of a quality, state or action, e.g., પુરુષત્વ, નાગરિકતા, જ્ઞાન etc.

Read out the following sentences–

(a) સચ્ચાઇ મનુષ્યનો સર્વોત્તમ ગણ છે.

Truth is the best quality of man.

(b) મને પોતાના બાળપણની યાદ છે.

I remember my childhood.

(c) મુસ્કુરાહટમાં જીવન છે.

The life lies in a smile.

In the above sentences સચ્ચાઇ, બાળપણ and મુસ્કુરાહટ are abstract nouns, because these are the names of a quality, state or action respectively.

Abstract nouns are formed by three diffeent ways:

(1) જાતિવાચક સંજ્ઞાઓથી (from common nouns)

(2) વિશેષણોથી (from adjectives)

(3) ક્રિયાઓથી(from verbs)

From common nouns

common nouns	*Abstract nouns*	*Common nouns*	*Abstract nouns*
શત્રુ	શત્રુતા emnity	પુરુષ	પુરુષત્વ manhood
માનવ	માનવતા humanity	ગુરુ	ગુરુત્વ eminence
મિત્ર	મિત્રતા friendship	દેવ	દેવત્વ godliness

From Adjectives

Adjectives	*Abstract nouns*	*Adjectives*	*Abstract nouns*
ચતુર	ચતુરતા cleverness	ચતુર	ચાતુર્ય clevernes
સુંદર	સુંદરતા beauty	સુંદર	સૌંદર્ય beauty
મધુર	મધુરતા sweetness	મધુર	માધુર્ય sweetness
ઉંચો	ઊંચાઇ hight	ભલો	ભલાઇ welfare
ચોર	ચોરી theft	લાંબો	લંબાઇ height

From Verbs

Verb	*Abstract nouns*	*Verb* ,	*Abstract nouns*		
સમજવું	સમજ	under standing	છાપવું	છપાઈ	printing
ઝગડવું	ઝગડો	quarrel	લખવું	લખાવટ	writing
લખવું	લખાવટ	writing	સજાવવું	સજાવટ	decoration
બચાવવું	બચત	saving	તપાસવું	તપાસ	checking

REMARKABLE ઉલ્લેખનીય

1. Here are some Gujarati-suffixes which are attached of Nouns, Adjectives and Verbs for forming Abstract Noun respectively:

(i) –તા, – ત્વ, –પન, –મનુષ્યતા, દેવત્વ, બચપન

(ii) –તા, –તવ, –આઈ, –ઈ, આપા, –ય –સુંદરતા, લઘુત્વ, નીચાઈ, ગરમી, મોટાપા, સૌંદર્ય

(iii) –આઈ, આવટ, આહટ, –આ, ત –મનાઈ, બનાવટ, ગભરાટ, ઝગડા, લત

2. Sometimes the roots itself become the Abstract Nouns–

Abstract noun	From the root infinitive
સમજ	સમજવું
જાંચ	જાંચવું

8TH STEP
આઠમી સીડી

GENDER
વચન

લિગં (Gender) is the distinction of sex. Gujarati has three genders–

(i) પુલ્લિંગ The names of males are always masculine.

(ii) સ્ત્રીલિંગ The names of females are always feminine.

Examples :

(iii) નપુંસકલિંગ The names of things - They can be masculine or feminine.

પુલ્લિંગ masculine	*સ્ત્રીલિંગ feminine*
પુરુષ (male), કૂતરો (dog)	સ્ત્રી (female), ગાય (cow)
સિંહ (lion), ઊંટ (camal)	ઘોડી (mare), છોકરી (girl)
ઘોડો (horse), છોકરો (boy)	ધોબણ (washer-woman
ધોબી (washerman)	સિંહણ (lioness)

સંબંધી Relations

પિતા (father), પુત્ર (son)	માતા (mother), (daughter) બહેન (sister), કાકી (aunt)
ભાઇ (brother, કાકા (uncle)	
મામા (maternal uncle)	મામી(Maternal aunt)
માસા (husband of mothers' ssiter)	માસી (mother's sister)
ફૂઆ (husband of father's sister)	ભાણી (niece)
ભત્રીજો (brother's son)	વહૂ (daughter-in-law)
જમાઇ (son-in-law)	નણંદ (sister-in-law)
ભાણિયો (sister's son	સાળી (wife's sister)
જેઠ (brother-in-law)	
ભાઇ	**બહેન**
કાકાના cousin : son of uncle	કાકાની, Cousin - daughter of uncle
માસીના Son of mother's sister	માસીની Cousin - Daughter of mother's sister

પ્રાણહીન પદાર્થોનું લિંગ The Gender of Inanimate Objects.

It is noticeable that Gujarati has no neuter gender in it. That is why all inanimate objects and abstract nouns are either masculine or feminine. Thus it is very difficult to differentiate the actual gender of these objects.

The genders of inanimate objects are to be settled by two means–

(i) અર્થના આધાર પર According to meaning.

(ii) રૂપના આધાર પર According to form.

1. Fixation of Gender–According to Meaning

પુલ્લિંગ Masculine

These are masculine–

(1) Names of countries and provinces,etc. ભારત, પાકિસ્તાન, બંગલાદેશ, જાપાન, બર્મા, અમેરિકા, ઇંગ્લૅન્ડ, ફ્રાંસ etc.
પંજાબ, હરિયાણા, હિમાચલ પ્રદેશ, ઉત્તર પ્રદેશ, તામિલનાડુ, કર્ણાટક, આંધ્ર પ્રદેશ, મહારાષ્ટ્ર, ગુજરાત, રાજસ્થાન etc.

(2) Names of hills and oceans.
હિમાલય, વિંધ્યાચલ, સુમેરુ પર્વત હિંદ મહાસાગર, અરબ સાગર, લાલ સાગર
Exceptions–બંગાળની ખાડી **(Fem.)**

(3) Names of division of time/months.
(i) ક્ષણ, પળ, સેકંડ, મિનિટ, કલાક, દિવસ, સપ્તાહ, મહિનો, વર્ષ વગેરે.
(ii) ચૈત્ર, વૈશાખ, જેઠ, અષાઢ, શ્રાવણ, કાર્ત્તક, પોષ, મહા ફાગણ, જાન્યુઆરી, ફેબ્રુઆરી, માર્ચ, એપ્રીલ (અંગ્રેજી મહિના)

સ્ત્રીલિંગ Feminine

These are feminine–

(1) Names of vans and carriages, etc. રેલગાડી, ગાડી, બસ, લૉરી, મોટરકાર, બોટ, નાંવ રૂસ (અપવાદ) સ્ટીમર, વાયુયાન હવાઈ જહાજ, ટાંગો, ઠેલો

(2) Names of rivers and canals–
સતલજ, વ્યાસ, રાવી, ચિનાબ, જેલમ, ગંગા, ગાદાવરી, નર્મદા, યમુના, તાપતી
Exceptions–સોન, સિંધુ **(Mas.)**

(3) Names of તિથિઓ (lunar days)
પડવો, બીજ, પાંચમ, આઠમ, દશમિ, અમાસ, પૂર્ણિમા, ત્રીજ

(iii) સોમવાર, મંગળવાર, બુધવાર વગેરે

(4) Names of planets
સૂર્ય, ચંદ્ર, મંગળ, બુધ,
શનિ, રાહુ, કેતુ

(5) Names of metals
સોનું, લોખંડ, કાંસુ, તાંબુ,
ચાંદી

(6) Names of jewels
હીરા, પન્ના, પુખરાજ, નીલમ
મોતી Exception–

(7) Names of trees
પીપળો, વડ

(4) Names of spices
એલાયચી, સોપારી, મરી, હળદર,
મલઠ્ઠી.

(5) Names of stars
મૃગશિરા, અશ્વિની, સ્વાતિ etc.

(6) Names of languages
હિંદી, પંજાબી, બંગાળી,
ગુજરાતી, મરાઠી

(7) Names of foods
પૂરી, કચોરી, દાળ, ખિચડી,
રોટલી
Exception–પરાઠો, ભાત,
દલિયા

2. Fixation of Gender–According to Form

પુલ્લિંગ Masculine

(1) Gujarati words ending–
આ, આવ, પન, પા,
પૈસા, કપડા, ઘડા
બહાવ, તનાવ, ધનિયા, મોતિયા
નાનપણ, લાડપણ
બાપા etc.

(2) Sanskrit nouns ending–
in ત્વ, ય, ત, ન
પશુત્વ, મહત્વ, સત્વ,
સૌંદર્ય, કાર્ય, માધુર્ય
ચરિત, ગીત, પતિત
શાસન, પાલન.

સ્ત્રીલિંગ Feminine

(1) Gujarati words ending–
આઈ, યા, વટ, હટ
સફાઇ, રંસોઇ

ઉપરવટ, સજાવટ
ચિકનાવટ, ગરમાવટ etc.

(2) Sanskrit nouns ending–
in તા, આ, ઇ, ઈ
પશુતા, આવશ્યકતા
માળા, શોભા, દાદા, દયા
મતિ, બુધ્ધિ, હાન
નદી, ધરતી etc.

Actuall, the gender-system, in Gujarati, is extremely arbitrary. Of course, there are certain rules by which the gender of most of the nouns may be determined. But that is not final at all. There are many exceptions. The non-Gujarati speaking learners should keep this fact in mind. There is no need of being nervous. The learner should take help from dictionaries and listen correct Gujarati speech.

Try in the right direction and you will find that you are on progress.

REMARKABLE ઉલ્લેખનીય

1. The English word 'cousin' stands for all these–
   (i) ફઈનો, મામેરો, માસીનો ભાઈ
   (ii) ફઈની, મામાની, માસીની બહેન
   In Gujarati, all these words are used for the particular relations.
2. The Emglish word 'uncle' stands for all these–
   મામા, ફુઆ, માસા, કાકા
   Thus 'aunt' stants for–
   મામી, ફોઈ, માસી, કાકી

In Gujarati, these words are separately used for the said relations.

3. The word 'uncle' is used for the father's brother, whether he may be elder or younger. But in Gujarati, there are separate words: મોટાકાકા/બાપાકાકા for father's elder brother and કાકા for father's younger brother.

9TH STEP
નવમી સીડી
NUMBER
વચન

Like English and many other Indian regional languages, there are two numbers in Gujarati– (i) એકવચન (Singular) and (ii) બહુવચન (Plural. Gujarati does not recognize the દ્વિવચન (dual number) found in Sanskrit. All nouns, pronouns and verbs fall under these two heads of number.

All the nouns change their forms according to their numbers and genders.

When we are discussing separately number, we shall treat masculine and feminine nouns separately. Look at he following words. you will see that they are categorically set.

(i) Masculine)	(ii) Feminine
ફળ (fruit) અ–ending word	આંખ (eye) અ–ending word
રાજા (king) આ–ending word	માતા (mother) આ–ending word
મુનિ (sage) ઇ–ending word	તિથિ (date) ઇ–ending word
સુખી (happy) ઈ–ending word	નદી (river) ઈ–ending word
સાધુ (saint) ઉ–ending word	વસ્તુ (thing) ઉ–ending work
	વહૂ (daughter-in-law) ઊ–ending word
	ગાયો (cow) ઔ–ending word

(i) ફળ, રાજા, મુનિ, સાધુ are masculine nouns.

(2) આંખ, માતા, તિથિ, નદી, વહૂ, ગાય are feminine nouns.

ફળ & આંખ are અ ending words, રાજા & માતા are આ ending words.

They are alike in vowel-endings. But it is noticeable that forms of ફળ and આંખ, રાજા and માતા, મુનિ and તિથિ etc., will be unlike.

The plural forms of masculine and feminine nouns go separately according to their own rules. You will learn it in the following chart.

Masculine noun

Singular	*Plural*	*Oblique singular*	*Oblique plural*
ફળ	ફળ	ફળને	ફળોને
રાજા	રાજા	રાજાને	રાજાઓને
મુનિ	મુનિ	મુનિને	મુનિઓને
સાધુ	સાધુ	સાધુને	સાધુઓને

Feminine noun

Singular	*Plural*	*Oblique singular*	*Oblique plural*
આંખ	આંખે	આંખોને	આંખોને
માતા	માતાઓ	માતાને	માતાઓને
તિથિ	તિથિઓ	તિથિને	તિથિઓને
નદી	નદિઓ	નદીને	નદીઓને
વસ્તુ	વસ્તુઓ	વસ્તુને	વસ્તુંઓને
વહૂ	વહૂઓ	વહૂને	વહૂઓને
ગાય	ગાયો	ગાયને	ગાયોને

Thus in numbers, feminine nouns can be differentiated from masculine nouns.

There are both the forms (singular and plural) of the nouns in both the genders, in the following:

Masculine (–અ)		*Feminine* (–અ)	
Singular	*Plural*	*Singular*	*Plural*
દિવસ (day)	દિવસ (days)	રાત (night)	રાતો (nights)
નારિયેળ (coconut)	નારિયેળ (coconuts)	તલવાર (sword)	તલવારો (swords)
કાગળ (paper)	કાગળ (Papers)	બહેન (sister)	બહેનો (sisters)
ઘર (house)	ઘર (houses)	ભૂલ (error)	ભૂલો (errors)
ઝાડ (tree)	ઝાડ (trees)	વાત (matter)	વાતો (matters)
(–આ)		(–આ)	
કાપડ (cloth)	કપડાઓ (clothes)	વર્ગ (class)	વર્ગઓ (classes)
કાકા (uncle)	કાકાઓ (uncles)	હવા (wind)	હવાઓ (winds)
પાના (paper)	પાનાઓ (papers)	સંખ્યા (number)	સંખ્યાઓ (numbers)
માળા (floor)	માળાઓ (floors)	માળા (necklace)	માળાઓ (necklaces)

	(-ઇ)		(-ઇ)
પતિ (husband)	પતિઓ (husbands)	પંક્તિ (row)	પંક્તિઓ (rows)
	(-ઈ)		(-ઈ)
ભાઇ (brother)	ભાઇઓ (brothers)	લાકડી (stick)	લાકડીઓ (stickes)
હાથી (elephant)	હાથીઓ (elephants)	બારી (windows)	બારીઓ (windows)
સાથી (fellow)	સાથીઓ (fellows)	ચિઠ્ઠી (letter)	ચિઠ્ઠીઓ (letters)
		છોકરી (girl)	છોકરીઓ (girls)

Something more to remember ..

1. Some Sanskrit masculine nouns ending in –આ do not change in plural:

Singular	*Plural*	*Singular*	*Plural*
નેતા (leader)	નેતા (leaders)	શ્રોતા (listner)	શ્રોતા (listners)
વક્તા (speaker)	વક્તા (speakers)	મંત્રી (minister)	મંત્રી (ministers)

But usually 'ગણ' (group) is added in the sigular to make plural. It is noticeable that ગણ indicates many persons in number. Example: નેતાગણ, શ્રોતાગણ etc.

This rule applies in પાઠકગણ, દર્શકગણ, છાત્રગણ, મુનિગણ also.

2. પ્રાણ, દર્શન, આંસૂ are always applied in the plural form આપણા પ્રાણ, તમારા દર્શન, દુઃખીઓના આંસૂ etc.

10TH STEP
દસમી સીડી

CASE & DECLENTION OF NOUNS
કારક અને સંજ્ઞા શબ્દોના રૂપ

There are eight cases in Gujarati expressed by different post-positions or case-endings. The post-positions mostly correspond to English prepositions. The post-positions .. of all the cases are as given below:

Case	*Post-positions*	*Usage*
1. કર્તા nominative	X, એ	રામે
2. કર્મ Objective	ને –to	રામને
3. કારણ Instrumental	થી –by	રામથી
4. સંપ્રદાન Dative	ને,માટે –for	રામને, રામના માટે
5. અપાદાન Ablative	થી –from, for than	રામથી
6. સંબંધ Possiessive	નો, ના, ની –of	રામના, રામની
7. અધિકરણ Locative	પર, ઉપર –above, in, at	રામમાં, રામ પર, રામ ઉપર
8. સંબોધન Vocative	અરે! હે! –Oh!, hay!	

Learn usage of cases in the following phrases or sentences. All the cases have been given respectiely.

1. કર્તા કારક

(i) રામ આવ્યો.	Ram came
(ii) રામે કહ્યું.	Ram said

It is worth remembering that the case-ending or post-position ને is used mostly after the nominatives of transitive verbs in the past tense.

2. કર્મ કારક

(i) આ પુસ્તકને લઇ જાઓ. — Take this book.

(ii) રામે મહેનત કરવી જોઇએ. — Ram should work hard.

3. કરણ કારક

(i) પોતાના હાથથી અહીંયા સહી કરો. — Please sign here with your hand.

(ii) આ અંમિતથી લખાયેલું છે. — It is written by Amit.

4. સંપ્રદાન કારક

(i) આભાને આ પુસ્તક આપો. — Give this book to Abha.

(ii) માના માટે એક કપ દૂધ લાવો. — Bring a cup of milk for mother.

5. અપાદાન કારક

(i) ઝાડ પરથી પાન પડે છે. — Leaf falls from the tree.

(ii) હું આશ્રમથી આવી રહ્યો છું. — I am coming from the Ashram.

6. સંબંધકારક

(i) વિકાસ રાખીનો ભાઇ છે. — Vikas is the brother of Rakhi.

(ii) હું આગ્રાના કિલ્લામાં ગયો. — I went to the fort of Agra.

(iii) લક્ષ્મીબાઇ ઝાંસીની રાણી હતી. — Luxmi bai was the queen *of Jhansi.*

7. અધિકરણ કારક

(i) અમે રૂમમાં બેઠા છીએ. — We are sitting in the room.

(ii) ટેબલ પર પુસ્તક પડી છે. — The book is on the table.

8. સંબોધનકારક

(i) હે ભગવાન! મારી રક્ષા કરો. — O God! Save me.

(ii) અરે છોકરા! અહીં આવ. — O children! Run away.

Declension of noun સંજ્ઞાશબ્દોની રૂપાવલી

The mode of declension of a noun depends on its ending and gender. In Gujarati all nouns end in vowels. Two examples of declension of nouns are given below:

પુલ્લિંગ શબ્દ 'પિતા' (Father) (અકારાંત)

Case	*Singular*	*Plural*
1. Non.	પિતા/પિતાએ	પિતા/પિતાઓએ
2. Obj.	પિતા/પિતાએ	પિતાઓને

3. Ins.	પિતાને	પિતાઓને
4. Dat.	પિતા માટે	પિતાઓ માટે
5. Abl.	પિતાથી	પિતાઓથી
6. Poss.	પિતાના	પિતાઓના
7. Loc.	પિતા પર	પિતાઓ પર
8. Voc.	ઓ પિતા!	ઓ પિતાઓ!

All such masculine nouns ending in આ are declined like પિતા, ઘોડા etc.

કેટલીક બી સંજ્ઞાઓની સાંકિતિક રૂપાવલી. Indicative declension of some more nouns.

Two cases are to be **distinguished**–(i) Direct and (ii) Oblique. The direct case remains without **post-position**. On the contrary, oblique occurs mostly with the post-position.

1. *Masculine* 'બાળક' શબ્દ 'અ' –ending એકવચન Singular

સીધા Direct : Nominative cases:	બાળક
તિર્યક Oblique : All the cases:	બાળકને, થી, માટે, ના, માં, હે બાળક
	બહુવચન Plural
સીધા Direct: Nominative case:	બાળકો
તિર્યક Oblique: All the cases:	બાળકોને, ને, થી, માટે, માં, હે બાળકો!

2. Masculine ઇ –ending, ઈ ending, ઉ ending, ઊ –ending

	Singular	Plural without post-position	Plural with post-position
ઇ ending	મુનિ	મુનિ	મુનિઓએ/ને/થી etc.
ઈ ending	હાથી	હાથી	હાથીઓએ/ને થી etc.
ઉ ending	સાધુ	સાધુ	સાધુઓએ/ને/થી etc.
ઊ ending	ડાકૂ	ડાકૂ	ડાકૂઓએ/ને/થી etc.

આ –ending words (i) કાકા etc., showing relationship, and (ii) loan words રાજા etc., from Sanskrit are declined differently as under:–

(i) કાકા	કાકા	કાકાઓએ/ને/થી etc.
(ii) રાજા	રાજા	રાજાઓએ/ને/થી etc.
(i) મામા	મામા	મામાઓએ/ને/થી etc.
(ii) દેવતા	દેવતા	દેવતાઓએ/ને/થી etc.

સ્ત્રીલિંગ શબ્દ 'છોકરી' Girl (ઈકારાંત)

[Feminine ending in ઈ]

Case	Singular	Plural
1.	છોકરી/છોકરીએ	છોકરીઓ/છોકરીઓએ
2.	છોકરીને	છોકરીઓને
3.	છોકરીથી	છોકરીઓથી
4.	છોકરી માટે	છોકરીઓ માટે
5.	છોકરીથી	છોકરીઓથી
6.	છોકરીના/ની/ને	છોકરીઓના/ની/નેં
7.	છોકરામાં/પર	છોકરીઓમાં/પર
8.	હે છોકરી!	હે છોકરીઓ!

Most of the feminine nouns ending in ઈ are declined like 'છોકરી'. Some nouns are: શ્રીમતી, નદી, રોટલી, ધોતી, નારી.

Feminine અ, આ, ઇ, ઈ, ઉ, ઊ, ઔ ending nouns:

	Singular	*Plural without post-position post-position*	*Plural with post-position*
અ –ending :	રાત	રાતો	રાતોએ/ને/થી etc.
આ –ending :	છાત્રા	છાત્રાઓ	છાત્રાઓની/પર etc.
ઇ –ending :	જાતિ	જાતિઓ	જાતિયોની/એ etc.
ઈ –ending :	સાડી	સાડીઓ	સાડીઓ માટે/માં etc.
ઉ –ending :	વસ્તુ	વસ્તુઓ	વસ્તુઓને/થી etc.
ઊ –ending :	વહૂ	વહૂઓ	વહૂઓથી/પર/માટે etc.
ઔ –ending :	ગૌ	ગૌઓ	ગૌઓને/માટે/થી/ઓ/ ગૌઓ! etc.

REMARKABLE ઉલ્લેખનીય

1. In English there are prepositions but in Gujarat, there are post-position. the clause 'on the road' i translated innto Gujarati 'રસ્તા પર' that is why 'on' it preposition (because it comes before the noun) but 'પર' is post-position (because it follows the noun).
2. There are two forms of case (i) direct and (ii) oblique.

Masculine :	Direct :	છોકરો	છોકરાઓ
	Oblique:	છોકરાએ	છોકરાઓએ
Feminine:	Direct:	છોકરી	છોકરીઓ
	Oblique:	છકરીએ	છોકરીઓએ

3. 'એ' is attached to the subject of a Transitive Verb when it is used in the past tense.

PART 2–STEP 11 to 20

11TH STEP

અગિઆરમી સીડી

PRONOUN

સર્વનામ

સર્વનામ (Pronoun) is a word used in place of noun. Actually it represents, a noun. In Gujarati, there are six kinds of pronoun:–

(1) પુરૂષવાચક Personal	:	હું [I], તૂ [you], એ [he/she/it], તમે [you આદરસૂચક honorific]
(2) નિશ્ચયવાચક Definite	:	આ [this, એ [that]
(3) અનિશ્ચયવાચક Indefinite	:	કોઇ [somebody]
(4) પ્રશ્નવાચક Interrogative	:	કોણ [who], શું [what]
(5) સંબંધવાચક Relative	:	કયા, કોણ [who, which]
(6) નિજવાચક Reflexive	:	સ્વયં [self] for all persons

Pronouns have no સંબોધન કારક (Vocative case)

There are three પુરૂષ in Gujarati:–

(i) First person– હું, આપણે

(ii) Second person– તૂ, તમે

(iii) Third person– એ

સર્વનામ શબ્દોની રૂપાવલી Declension of Pronouns

હું *(i) First Person.*

(i) હું/મેં/આપણે

(ii) મને/આપણને

(iii) મારાથી/આપણાથી

(iv) મારા માટે/આપણા માટે

(v) મારાથી/આપણાથી

(vi) મારું/આપણું

(vii) મારામાં/મારા પર/આપણામાં/આપણાં પર

તૂ *(2) Second Person*

(i) તૂ/તેં/તમે/તમે

(ii) તને/તમને

(iii) તારાથી/તમારાથી

(iv) તારા માટે/તમારા માટે

(v) તારાથી/તમારાથી

(vi) તારા/તમારા

(vii) તારા પર/તારામાં તમારા પર/તમારામાં

એ *(3) Third Person*

(i) એ/એણે એ/એમણે   (v) એનાથી/એમનાથી
(ii) એને/એમને .   (vi) એના/એમના
(iii) એનાથી/એમનાથી   (vii) એનામાં/એના પર
(iv) એના માટે/એમના માટે   એમનામાં/એમના પર

તમે આદરસૂચક (You-honoric) Second Person

એકવચન 1. તમે 2. તમને 3. તમારાથી 4. તમારા માટે 5. તમારાથી
        6. તમારા 7. તમારામાં

બહુવચન 1. તમે લોકો 2. તમને લોકો 3. તમારા લોકોથી 4. તમારા લોકો
         માટે 5. તમારા લોકોથી 6. તમારા 7. તમારા લોકોમાં

Let us use some pronouns into the sentences:

1. હું આ વાતમાં કશું નથી જાણતો.	I do not know anything about it.
2. અમે ત્યાં જવા નથી માંગતા.	We do not want to go there.
3. એ હવે શું કરશે?	What will he do now?
4. આ બિલકુલ ઠીક છે.	It is quite right.
5. તમે પૂનામાં ક્યાં રહેશો?	Where will you stay at Pune?
6. હું પોતે ત્યાં ઉપસ્થિત હતો.	I myself was present there.
7. કોઈ આવવાનું છે.	Someone has to come.
8. આવું કોણ કહે છે?	Who says it?
9. હવે તમને શું જોઈએ?	What do you want now?
10. કોઈ ફળ ખાઈ લો.	Take some fruit.

REMARKABLE ઉલ્લેખનીય

The pronouns તમે tame, તૂ (tū) have different honorific values.

તમે is used in addressing one's seniors. It is used with a third person plural verb whether the reference isx to one person or moe than one. It is used in addressing one's relations or close friend.

તૂ expresses the feeling or contempt and insignificance.

12TH STEP
બારમી સીડી
ADJECTIVE
વિશેષણ

વિશેષણ (Adjective) is a word used to qualify a noun or a pronoun. Adjectives in Gujarati has four kinds–

(1) ગુણવાચક	Qualitative
(2) સંખ્યાવાચક	Numeral
(3) પરિણામવાચક	Quantitative
(4) સાર્વનામિક	Pronominal or Demonstrative

Let us use adjectives into sentences–

(i) ગૌરવ સારો છોકરો છે.	Gaurav is a good boy.
(ii) વેદ ચાર છે.	There are four Vedas.
(iii) પાંચ લીટર દૂધ લાવો.	Bring five litres of milk
(iv) આ મારી ચોપડી છે.	This book s mine.

'સારો છોકરો', 'ચાર વેદ', 'પાંચ લીટર દૂધ' and 'આ ચોપડી' in these phrases સારો, ચાર, પાંચ, આ, and ગુણવાચક, સંખ્યાવાચક, પરિણામવાચક, and સાર્વનામિક વિશેષણ respectively.

Gujarati adjectives fall under two heads– (i) Inflected, and (ii) Uninflected.

(i) ઓ ending adjectives are inflected. ઓ of singular masculine changes into આ for plural masculine. ઓ changes into ઈ for feminine singular and plural. Examples:

Singular	સુંદર બાળક	સુંદર બાળક
Plural	કાળી છોકરી	કાળી છોકરીઓ

(ii) Adjectives which end in other vowels than .. are uninflected. They do not change. Examples:

વિશેષણની તુલનાવસ્થા Conparison in Adjectives

1. સોનિયા લાંબી છે.
2. આભા સોનિયાથી લાંબી છે.
3. મીનાક્ષી બધાથી લાંબી છે.

We see in the above sentences, three charges of adjective લાંબી. Gujarati adjectives do not have any separate form to show the degrees of comparison. But some adjectives have different forms of Sanskrit degrees, such as.

Positive	*Comparative*	*Superlative*
ઉચ્ચ	ઉચ્ચ વધારે	ઉચ્ચતમ
નિમ્ન	નિમ્ન વધારે	નિમ્નતમ
સરલ	સરલ વધારે	સરલતમ
લઘુ	લઘુ વધારે	લઘુતમ
અધિક	અધિક વધારે	અધિકતમ
શ્રેષ્ઠ	શ્રેષ્ઠ વધારે	શ્રેષ્ઠતમ
પ્રિય	પ્રિય વધારે	પ્રિયતમ
નવીન	નવીન વધારે	નવીનતમ

Some adjectives are given in the following columns–

Qualitative	Numeral	Quantitative	Pronominal
નવું (New)	દસ (કિલો)	આ (પેન)	
		Ten (kilo)	This (Pen)
દૈનિક (Daily)	અડધું (Half)	બધુ (all)	એ (ગાય)
		All (Money)	That (Cow)
સુંદર (Beautiful)	ચોથો (Forth)	થોડું (દૂધ)	એ (કૂતરો)
		Some (Milk)	Which (Dog)
સ્વસ્થ (Healthy)	દુગુણું (Double)	બે (મીટર)	એ (પુસ્તક)
		Two (Metre)	That (Book)
કાળુ (Black)	એકલા (Alone)	વધારે (ઘી)	કયો (છોકરો)
		More (Ghree)	Which (Boy)
સારુ (Good)	થોડુ (Some)	બધું (પાણી)	એ (ઘરમાં)
		Whole (Water)	In that (House)

વિશેષણોની રચના Formation of Adjectives [From Nouns]

(i) By adding– શાળી to Sanskrit Nouns–

શક્તિ	શક્તિશાળી	પ્રતિભા	પ્રતિભાશાળી
ભાગ્ય	ભાગ્યશાળી		

(ii) By adding વાન or માન to Sanskrit Nouns–

ધન	ધનવાન	ગુણ	ગુણવાન
શ્રી	શ્રીમાન	બુધ્ધિ	બુધ્ધિમાન

(iii) B adding– ઈક to Sanskrit Nouns–

રાજનીતિ	રાજનૈતિક	નીતિ	નૈતિક
માસ	માસિક	ઉદ્યોગ	ઔદ્યોગિક
ઈતિહાસ	ઐતિહાસિક	ભૂગોળ	ભૌગોલિક
દિન	દૈનિક	સેના	સૈનિક

(iv) By adding– ઈત to Sanskrit Nouns–

સંબંધ	સંબંધિત	આનંદ	આનંદિત
સમ્માન	સમ્માનિત	શિક્ષા	શિક્ષિત

(v) By adding– ઈય to Sanskrit Nouns–

પર્વત	પર્વતીય	રાષ્ટ્ર	રાષ્ટ્રીય
ભારત	ભારતીય	વિભાગ	વિભાગીય

(vi) By adding– ઈ to Sanskrit Nouns–

જંગલ	જંગલી	સુખ	સુખી
સન્યાસ	સંન્યાસી	દેશ	દેશી
પરદેશ	પરદેશી	લોભ	લોભી

(vii) By adding– ઈલા to Gujarati Nouns–

ચમક	ચમકીલા
રોબ	રોબીલા

REMARKABLE ઉલ્લેખનીય

1. (i) Usually– જ is added to quantitative adjectives–to intensify the meaning; as – ઘણું જ, a great deal, થોડું જ, a little.

(ii) Sometimes— જ is used to denote the lesser degree of the quality, as– નાની જ બાલડી, a little doll, થોડી જ જગ્યા a small space.

(iii) જેવું/જેવો/જેવી either denotes looking or similar–

(a) looking–

કાળા જેવો	black-looking
પીળા જેવો	pale-looking
પાતળા જેવી	thin-looking

(b) similar–

એક જેવું	similar	તારા જેવી	like you
એના જેવું	like him	મારા જેવું	like me
	like her	આપણા જેવા	like us

13TH STEP
તેરમી સીડી

VERB
ક્રિયા

ક્રિયા (Verb) is a word which tells us something about a person, place of thing.

Verbs are generally of two kins– (i) Transitive and (ii) Intransitive.

(i) સકર્મક ક્રિયા Transitive Verb [A word which requires the object) as મીનાક્ષી કામ કરે છે. Here કરે છે is a transitive verb, because it requires the object કામ to complete its sense.

(ii) અકર્મક ક્રિયા Intransitive Verb [A word which has no object. It completes the sense itself) as પૂજા ચાલી રહી છે. Here ચાલી રહી છે is an intransitive verb, because it has no object.

Here are some transitive verbs and Intransitive verbs. These should be noticed.

(1) સકર્મક ક્રિયા Transitive Verbs

કરવું	to do	સાંભળવું	to hear
વાંચવું	to read	કહેવું	to say
લખવું	to write	રાખવું	to keep

(2) અકર્મક ક્રિયા Intransitive Verbs

ચાલનું	to walk	આવવું	to come
રહેવું	to line	જવું	to go
ઉઠવું	to rise	પડવું	to fall
હસવું	to laugh	પહોંચવું	to reach

Both the verbs, transitive and intransitive, has two basic parts

(i) સામાન્ય ક્રિયા The Infinitive

(ii) ધાતુ The Root

(i) સામાન્ય ક્રિયા is the original form of a verb always ending in વું, as વાંચવું, રડવું, રાખવું, ચાલવું etc.

(ii) ધાતુ is obtained by cutting off the 'વું' from the infinitive as વાંચ, રડ, ચાલ જાગ etc.

Actually all the verbs take their forms from . the root. In

order words, the root is basic verb and the addition of 'વું gives it is સામાન્ય. રૂપ the infinitive form.

Let us learn some infinitive verbs (transitive and intransitive verbs) and practise their roots.

Transitive Verbs

Infinitives	Roots		Infinitives		Roots
ખરીદવું	to buy	ખરીદ	ખાવું	to eat	ખા
વેચવું	to sell	વેચ	પીવું	to drunk	પી
સમજવું	to under-	સમજ	બોલવું	to speak	બોલ
ધોવું	to wash	ધો	પકડવું	to catch	પકડ
ગાવું	to sing	ગા	તોડવું	to break	તોડ

Intransitive Verbs

Infinitives	Roots		Infinitives		Roots
રોકવું	to stay	રોક	દેખાડવું	to appear	દેખાડ
ડરવું	to fear	ડર	હંસવું	to laugh	હંસ
રડવું	to weep	રડ	રમવું	to play	રમ
મરવું	to die	મર	લડવું	to quarrel	લડ

વિધિ રૂપ Imperative Mood

The imperative mood is used when we command, advice or requiest a person to do a thing.

Look at the following sentences carefully—

(1)	નિબંધ લખ.	Write an essay.
	અહીંયા બેસ.	Sit here.
	ચાહ લાવ.	Bring tea.
	એને બોલાવ.	Call him.
	પુસ્તક વાંચ.	Read the book.
(2)	દૂધ લાવ.	Bring milk.
	શાંત રહો.	Keepy quite.
	ગીત ગાઓ.	Sing a song.
	બારી ખોલો.	Open the window.
	કામ કરો.	Do the work.
(3)	કૃપા કરી આવો.	Pleae come.
	કૃપા કરી ઘરે રહો.	Stay at home please.
	કૃપા કરી બહાર જાઓ.	Please go out.

Watch the sentences of group (1), (2) and (3). You will find some difference among them. One thing is common in

49

these sentences, i.e. the subject– તૂ, તમે are omitted.

(i) તૂ is generally used to address servants. It is not used for addressing equals. Examples.

રામૂ (તૂ) બે કપ ચાહ લાવ.

Ramu, (thou) bring two cups of tea.

(ii) is used while we address friends, equals or younger. Examples:

ભાઈ, તમે આજે વિદ્યાલય કેમ નહીં ગયા?

Brother, why did you not go to the school today?

દેવેન્દ્ર, મારા ઘરે અવશ્ય આવજે.

Devendra, do come to my house.

(iii) તમે is used addressing superiors and persons whom we wish to respect. Examples:

મામાજી, તમે મારી સાથે આવો.	Uncle, come wih me, please.
શ્રીમાન, કૃપા કરીને મારી વાત સાંભળો.	Sir, you listen to me, please.

'નહીં' may be used to express the meaning of negative. It may be used befoe or after a verb. Examples:

હસો નહીં.	Don't laugh.
રડો નહીં.	Don't weep.
અવાજ નહીં કરો.	Don't make a noise.
ત્યાં નહીં બેસો.	Don't sit here, please.

REMARKABLE ઉલ્લેખનીય

1. ધાતુ or Root of the verb is ascertained by removing 'વું' of the infinitive verb . i.e. root is ખા of infinitive verb ખાવું, પીવું of infinitive verb પીવું.
2. Imperative sentences in Gujarati, are formed in two ways–[a] in ordinary way, and [b] in honorific way.

[a] Again in ordinary way, the imperative sentences are formed

(i) by using the root ધાતુ of the verb ખા, ભણ, લખ etc., and

(ii) by adding ઓ vowel or its sign to the root of the verb, as ખાઓ, ભણો, લખો etc.

[b] Honorific imperatives are formed by adding ઓ to the root of the verb, as– ખાઓ, લખો.

50

14TH STEP
ચૌદમી સીડી
TENSE (1)
કાળ (૧)

કાળ (Tense) of a verb shows the time of an action. There are three main tenses in Gujarati.

(i) વર્તમાન કાળ Present Tense
(ii) ભવિષ્ય કાળ Future Tense
(iii) ભૂત કાળ Past Tense.

We shall study all the three tenses respectively.

વર્તમાન કાળ Present Tense

The Present tense may be divided into three kinds:

(1) સામાન્ય વર્તમાન Present Indefinite
(2) તાત્કાલિક વર્તમાન Present Continuous
(3) સંભાવ્ય વર્તમાન Indefinite

Here is the conjugation of છે (be) in the present tense.

Ist Person:	હું છું.	I am	હું છું.
IInd Person :	તૂ છે.	You are	તમે છો.
IIIrd Person:	એ છે	He/She is	એ લોકો છે.
	એ લોકો છે.	They are	

છે/છું/છો is a helping verb. It helps the main verb.

The following is the conjugation of main verb વાંચ (read) in the present indefinite.

Ist Person:	હું વાંચું છું.	I read
	અમે વાંચીએ છીએ.	We read
IInd Person:	તૂ વાંચે છે.	You read
IIIrd Person:	એ વાંચે છે.	He/She reads
	એ લોકો વાંચે છે.	They read.

Other verbs are also conjugated in the same way.

When we wish to form a negative sentence in present indefinite, we put નથી before the main verb, and omit છું/છે/છો. Examples:

અમે નથી વાંચતા We do not read

51

તૂ નથી વાંચતો.	You do not read
એ લોકો નથી વાંચતા.	They do not read.

2. તાત્કાલિક વર્તમાન Present Continuous–

[રહી, રહ્યાં are added to the root following the form છે accordingly]

Ist Person:	હું ખાઇ રહી છું.	I am eating
	અમે ખાઇ રહ્યાં છીએ.	We are eating
IInd Person:	તૂ ખાઇ રહી છે.	You are eating
	તમે ખાઇ રહ્યા છો.	You are eating
IIIrd Person	એ ખાઇ રહી છે.	He/She is eating
	એ લોકો ખાઇ રહ્યા છે.	They are eating.

In feminine gender રહ્યા and રહ્યો are changed into રહી.

3. સંભાવ્ય વર્તમાન Doubtful Present–

[તા, તો,તી are added to the root following the form હોઇશું, હશે, etc. in masculine and feminine].

	Masculine	*English*	*Feminine*
Ist Person– Singular:	હું જતો હોઇશ.	I may be going.	હું જતી હોઇશ.
Plural:	અમે જતા હોઇશ.	We may be going?	અમે જતા હોઇશું.
IInd Person– Singular:	તૂ જતો હોઇશ.	You may be going	તમે જતી હશે.
Plural :	તમે જતા હશો.	You may be going	તમે જતા હશે.
IIIrd Person– Singular :	એ જતો હશે.	He/she may going	એ જતી હશે.
Plural:	એ જતા હશે.	They may be going	એ લોકો જતા હશે.

ભવિષ્યત કાળ Future Tense

The future tense may be classified into two kinds:

(1) સામાન્ય ભાવિષ્ય Future Indenfinite

(2) સંભાવ્ય ભવિષ્ય Doubtful Future

1. સામાન્ય ભવિષ્ય Future Indenfinite

[ઇશ, ઇશો, ઇશું, શે are added to the root of the verb in masculines and feminines.]

Here is the congugation of 'જો' in the Future Indefinite:

Ist–	હું જોઇશ.	I shall see
	આપણે જોઇશું.	We shall see
IInd–	તૂ જોઇશ.	You will see
	તમે જોશો.	You will see
IIIrd–	એ જોશે.	He/She will see
	એ લોકો જોશે.	They will see

2. સંભાવ્ય ભવિષ્ય Contingent Future

[This tense is formed by adding– ઉં, ઇએ, એ, ઓ to the root according person and number.]

Following is the congugation of 'રમ' in the Contingent Future–

Ist–	હું રમું.	I may play.
	અમે રમીએ.	We may play.
IInd–	તૂ રમ.	You may play.
	તમે રમો.	You may play.
IIIrd–	એ રમે.	He may play.
	એ લોકો રમે.	They may play

Contingent Future expresses ભવિષ્યમાં સંભાવના (possibility in Future), ઇચ્છા (willingness), સુઝાવ (suggestion), ઉદ્દેશ્ય (purpose), શર્ત (condition) etc. Examples:

(i) ભવિષ્યમાં સંભાવના – હોય ના હોય
ક્યાં એ આવી ન જાય. — Let he may come.

(ii) ભવિષ્યમાં ઇચ્છા
અનુને કહો કે ચોપડીઓ લાવે. — Ask Anu to bring the books.

(iii) ભવિષ્યમાં સુઝાવ
આવું કેમ ના કરીએ? — Why not do this?

(iv) ભવિષ્યમાં ઉદ્દેશ્ય
તૂ એક વૈજ્ઞાનિક બને. — You become a scientist.

(v) ભવિષ્યમાં શર્ત
જો એ આવે તો તમે પણ
આવી જજો. — If he comes, you do come.

REMARKABLE ઉલ્લેખનીય

1. મેં આને હમણાં સમાપ્ત કર્યું છે.   I have just finished it

In Gujarati, the above sentence is in present perfect. But in Gujarati it is not in present tense. It is called the આસન્ન ભૂત (which can be found 15th step).

'I have just finished it' can be expressed in two ways in Gujarati–

(i) મેં આને હમણાં સમાપ્ત કર્યું છે.

(ii) હું આને હમણાં જ સમાપ્ત કરી ચૂક્યો છું.

As you know, આસન્ન ભૂત is formed by adding છે, to the Indefinite Past. With તૂ and હું, છે and છું. are added respectively.

15TH STEP
પંદરમી સીડી

TENSE (2)
કાળ (૨)

ભૂતકાળ Past Tense

There are six kinds of Past Tense in Gujarati:

(1) સામાન્ય ભૂતકાળ	Past Indefinite Tense
(2) આસન્ન ભૂત કાળ	Present Perfect Tense
(3) પૂર્ણ ભૂતકાળ	Past Perfect Tense
(4) સંદિગ્ધ ભૂતકાળ	Past Doubtful Tense
(5) તાત્કાલિક ભૂતકાળ	Past Continuous Tense
(6) હેતુહેતુમદ્ ભૂતકાળ	Past Conditional Tense

(1) સામાન્ય ભૂતકાળ Past Indefinite

The past without any defninte time or its condition.

The term is formed by adding ઉં, ઓ, ઇ to the root.

(સકર્મક ક્રિયા 'કરવું' Transitive Verb 'to do')

Ist Person–	Singular	મેં કર્યું	I did
	Plural	અમે કર્યું	We did
IInd Person–	Singular	તેં કર્યું	You did
	Plural	તમે કર્યું	You did
IIIrd Person–	Singular	એણે કર્યું	He/She did
	Plural	એમણે કર્યું	They did

(અકર્મક ક્રિયા 'હસવું' Intransitive Verb 'to laugh')

Ist Person–	Singular	હું હસ્યો/હસી	I laughed
	Plural	અમે હસ્યા	We laughed
IInd Person–	Singular	તૂ હસ્યો/હસી	You laughed
	Plural	તમે હસ્યા	You laughed
IIIrd Person–	Singular	એ હસ્યો/હસી	He/She laughed
	Plural	એ લોકો હસ્યા	They laughed

(2) આસન્ન ભૂત Present Perfect

The tense which shows an action just finished–

Examples–	મેં કર્યું છે.	I have done.
	હું હસ્યો છું.	I have laughed.

(સકર્મક ક્રિયા 'કરવું' Transitive Verb 'to do')

Singular : મેં/તેં/એણે કર્યું છે.

Plural : અમે/તમે/એમણે કર્યું છે.

(અકર્મક ક્રિયા 'હસવું' Transitive Verb 'to laugh')

Ist Person–	Singular	હું હસ્યો છું./હું હસી છું.
	Plural	અમે હસ્યા છીએ.
IInd Person–	Singular	તૂ હસ્યો છે./તૂ હસી છે.
	Plural	તમે હસ્યા છો.
IIIrd Person–	Singular	એ હસ્યો છે./એ હસી છે.
	Plural	એ લોકો હસ્યા છે.

(3) પૂર્ણ ભૂત Past Perfect

The tense which shows the action finished ong ago.

Examples: મેં કરેલું. I had done.

હું હસેલો. I had laughed.

સકર્મક ક્રિયા 'કરવું' (Transitive Verb 'to do')

Singular– મેં/તેં/એણે કરેલું.

Plural– અમે/તમે/એમણે કરેલું.

અકર્મક ક્રિયા 'હસવું' (intransitive verb 'to laugh')

Singular– હું/તૂ/એ હસેલો, હસેલી.

Plural– અમે/તમે/એ લોકો હસેલા.

4. સંદિગ્ધ ભૂત Past Doubtful

An action which might have taken place in the past.

Example: મેં કર્યું હશે. I might have done.

હું હસ્યો હોઇશ. I might have laughed.

સકર્મક ક્રિયા 'કરવું' (Transitive verb 'to do')

Singular– મેં/તેં/એણે કર્યું હશે.

Plural– અમે/તમે/એમણે કર્યું હશે.

અકર્મક ક્રિયા 'હસવું' (Intransitive verb 'to lsaugh')

Ist Person–	Singular	હું હસ્યો હોઇશ./હસી હોઇશ.
	Plural	અમે હસ્યા હોઈશું
IInd Person–	Singular	તૂ હસ્યો હોઈશ./હસી હોઇશ.
	Plural	તમે હસ્યા હશો.
IIIrd Person–	Singular	એ હસ્યો હશે./હસી હશે.
	Plural	એ હસ્યા હશે.

5. અપૂર્ણ ભૂત Past Continuous

The tense which indicates an action going on in the past.

Examples :	હું કરી રહેલો.	I was doing.
	હું કરતો હતો.	I was doing.
	હું હસી રહેલો.	I was laughing.
	હું હસતો હતો.	I was laughing.

સકર્મક ક્રિયા 'કરવું' (Transitive verb 'to do')

Singular:	હું/તૂ/એ	કરી રહેલો/કરતો હતો	કરી રહેલી/કરતી હતી
Plural:	આપણે/તમે/ એ લોકો	કરી રહેલા/કરતા હતા	કરી રહેલી/કરતી હતી

અકર્મક ક્રિયા 'હસવું' (Intransitive verb 'to laugh')

Singular:	હું/તૂ/એ	હસી રહેલો/હસતો હતો	હસી રહેલી/હસતી હતી
Plural:	આપણે/તમે/ એ લોકો	હસી રહેલા/હસતા હતા	હસી રહેલી/હસતી હતી

6. હેતુહેતુમદ્ ભૂત Past Conditional

An action which would have been carried out if a certain condition had been fulfilled in the past.

Examples:

(જો) હું કરતો.	(If) I had done.
(જો) હુંહસતો.	(If) I had laughed.

સકર્મક ક્રિયા 'કરવું (Transitive verb 'to do')

		Masculine	*Feminine*
Singular:	(જો) હું/તૂ/એ	કરતો	કરતી
Plural:	(જો) આપણે/તમે/ એ લોકો	કરતા	કરતા

અકર્મક ક્રિયા 'હસવું' (Intransitive verb 'to laugh')

Singular:	(જો) હું/તૂ/એ	હસતો	હસતી
Plural:	(જો) આપણે/તમે/ એ લોકો	હસતા	હસતા

Thus we can conjugate rest of the verbs in all the tenses.

REMARKABLE ઉલ્લેખનીય

The Past Imperfect.tense indicates two types of actions"
(i) The action which was going on the past; as Rakhi was doing it. રાખી આ કરી રહી હતી.
(ii) The action whgich was repeated in the past; as–Rakhi was doing it. રાખી આ કર્યા કરતી હતી.
English sentences like 'A king was living in the thick forest', are better translated into Gujarati by the Past Continuous tense.
'A king was living in the thick forest' એક રાજા ઘનઘોર જંગલમાં રહેતો હતો (અર્થાત્ રહ્યા કરતો હતો).,

16TH STEP
સોળમી સીડી
VOICE
વાચ્ય

As we know that there are two kinds of voice in English. But Gujarati has three kinds of it, namely:

(i) કર્તૃ વાચ્ય — Active voice
(ii) કર્મ વાચ્ય — Passive voice
(iii) ભાવ વાચ્ય — Impersonal voice.

The function of the voice is to show whether in a particular sentence the subject or the object of a verb is prominent.

In the *Active voice*, the importance is given to the subject. For example:

હું પત્ર લખું છું. — I write a letter.

In this sentence હું (subject) is important hence the stress on it. But if object is to be given prominence, the verb gets an additional 'રહ્યો' in the past tense and the subject the case-ending, થી (by). Then it becomes *Passive voice*.

મારાથી પત્ર લખાઇ રહ્યો છે. — The letter is written by me.

In the Impersonal voice, the verb used is to be transitive and remains in the third person irrespective of the number and the gender of the object or subject. In the third person ts number is always singular and gender masculine.

હું વાંચી નથી શકતો. — I cannot read.
(active voice)

મારાથી વાંચી નથી શકું. — I cannot read.
(Impersonal voice)

Here, 'વાંચી' the verb holds the main position. Hence the sentence denotes ભાવવાચ્ય.

વાચય પરિવર્તન *Change of voice*

When we change a sentence from the Active voice to the Passive voice, the object of the Active voice becomes

59

the subject of the Passive voice and vice versa.

The Passive voice is formed by adding related tense forms of જવું to the past tense and થી or દ્વારા with the subject.

Examples :

Active : મેં ફૂલ તોડ્યું	I pluck the flower.
Passive : ફૂલ મારાથી તોડાય ગયું.	The flower was plucked by me.
Active : એ ગીત ગાય છે.	She sings a song:
Passive : એના દ્વારા ગીત ગવાયું.	A song is sung by her.
Active : એ ગીત ગાય છે.	She sings a song.
Passive : એનાથી ગીત ગવાયું.	A song is sung by her.
Active: રામે રાવણને માર્યો.	Rama killed Ravana.
Passive : રાવણ રામ દ્વારા માર્યો ગયો.	Ravana was killed by Rama.
Active : શાહજહાંએ તાજમહાલ બનાવડાવ્યો.	Shahjahan got Tajmahal built.
Passive : તાજમહાલ શાહજહાં દ્વારા બનાંવડાવ્યો ગયો.	Tajmahal was built by Shahjahan.

The impersonel voice is formed by only intransitive verbs.Example:

Active : ઘોડો ચાલી નથી શકતો.	The horse canot walk.
Impersonel : ઘોડાથી ચાલી નથી શકાતું.	The horse cannot walk.

In English version of the Impersonel voice is the same as Active voice, because in English, there is no Impersonel voice.

REMARKABLE ઉલ્લેખનીય

ભાવ વાચ્ય or Impersonal voice is found rare. it is mostly used negatively to express inability. Here the main verb does not change in an way and remains singular, masculine, past participle position (વાંચ્યું, લખ્યું, ચાલ્યું etc.) એનાંથી ચાલી નથી શકાતું. These sentences canot be translated into English in the same tone, because, sentences containing an intransitive verb do not admit of a passive voice in English. The meaning of the above sentence is 'I am unable to walk. I cannot live. The patient cannot sleep.'

60

17TH STEP

સત્તરમી સીડી

THE KINDS OF SECONDARY VERB

યૌગિક ક્રિયાઓના પ્રકાર

1. Casual Verb પ્રેરણાર્થક ક્રિયા

પ્રેરણાર્થક ક્રિયા (Casual verb) shows an effect to cause others to do. Example:

(i) આ પત્ર મીનાક્ષીથી લખાવો.

Get this letter written by Minakshi.

(ii) મેં ધોબીથી કપડા ઈસ્ત્રી કરાવ્યાછે.

I got the cloth pressed by the washerman.

These are casual verbs લખાવો, કરાવ્યા (forms of લખવું અને કરાવવું in the above sentences.

Most of the verbs in Gujarati have two Casual verbs. The first one shows the immediate causation and the second one remoteness. Example: વાંચવું (to read), વંચાવવું (to make read), વંચાવ્યું (to cause to read).

There are certain rules in forming the Causal verb. Those may be watched and learnt and understand.

(a) No change occurs in roots. Examples:

Root	Infinitive (વું)	Ist Causative (વવું)	2nd Causative (વવું)
કર	કરવું	કરાવવું	કરાવવું
વાંચ	વાંચવું	વંચાવવું	વંચાવવું
સાંભળ	સાંભળવું	સંભળાવવું	સંભળાવવું
લખ	લખવું	લખાવવું	લખાવવું
ઉઠ	ઉઠવું	ઉઠાવવું	ઉઠાવવું
ખા	ખાવું	ખવડાવવું	ખવડાવવું
આપ	આપવું	અપાવવું	અપાવવું
રડ	રડવું	રડાવવું	રડાવવું

It is worth remembering that some verbs do not form causals. That are as follows–

આવવું   જવું   હોવું   પડવું

2. સહાયક ક્રિયા (Auxiliary verb)

સહાયક ક્રિયા (Auxiliary verb) helps to form a tense or mood of some principal verb. While conjugating, changes occurs in auxiliary verb and the principal verb remain unchanged.

(a) શકવું [to express ability o permission]:

(i) આપણે આને પોતાની મેળે ઉકેલી શકીએ છીએ.
We can solve it ourselves. (Ability)

(ii) હું ગુજરાતી વાંચી અને લખી શકું છું.
I can read and write Gujarati. (Ability)

(iii) શું, હું અંદર આવી શકું છું, શ્રીમાન?
May I come in, Sir? (Permission)

(iv) હવે તમે જઇ શકો છો.
Now you can go. (Permission)

(b) ચૂકવું [to express completion of an action]:

(i) અમે બધા ખાવાનું ખાઇ ચૂક્યા છીએ.
All of us have taken our meal.

(ii) નેતાજી પહેલાં જ આવી ચૂકેલા.
Netaji had already come.

(c) જોઇએ [to denote duty, determination or moral obligation]–In the sense of જોઇએ 'should', 'must' or 'outght to' are used in English:

(i) પ્રત્યેકે પોતાનું કર્તવ્ય નિભાવવું જોઇએ.
One must keep one's duty.

(ii) તમારે ભગવદ્‌ગીતા વાંચવી જોઇએ.
You should read the Bhagwat Gita.

(iii) તમારે વડીલોનું સમ્માન કરવું જોઇતું હતું.
You ought to have respected your elders.

(d) પડવું [to express the sense of helplessness and neessity)

(i) અમારે મદ્રાસ જવું પડયું
One must keep one's duty.

(ii) એને રોજ અહીંયાં આવવું પડે છે.
You should read the Bhagwat Gita.

(iii) તમારે વડીલોનું સમ્માન કરવું જોઇતું હતું.
You ought to have respected your elders.

3. *સંયુક્ત ક્રિયા Compound Verb.*

સંયુક્ત ક્રિયા (Compound verb) is the combination of two basic rrots to intensify the meaning.

In compound verb, one root is principal while the other is secondary one. The root of the principal verb does not change while the subordinate root is conjugated in the usual way.

The subordinate verb does not give its full meaning, but modifies the meaning of principal verb.

Here are some verbs which are used as the secondary verbs of the compound verbs.

The verbs are–રાખવું, લેવું, આપવું, જવું, નાંખવું, રહેવું, શકવું, બેસવું, ઉઠવું, દોડવું, જોવું etc.

(a) રહેવું denotes the sense of continuation of an incomplete action; as–

રમતી રહે છે. હસતો રહે છે. લડતા રહે છે.

વાક્ય–અમે ચાલતા રહીએ છીએ. We keep walking.

(b) ઉઠવું expresses suddenness of action; as–

જાગી ઉઠી. રોઈ ઉઠી. બૂમો પાડી ઉઠયા.

વાક્ય–એ બહુ જ ચિંતિત થઇ ઉઠયો. He became very worried.

(c) જવું expresses completeness (of principal verb); as–

બેસી જાય છે. સૂઇ જાય છે. ડૂબી ગયો.

વાક્ય–એ ટેબલ પર ઉભો થઇ ગયો. He stood up on the table.

(d) બેસવું shows an element of unaware action; as–

ઝગડી બેઠી છે. કરી બેઠી છે.

વાક્ય– હું મારી પેન ગુમ કરી બેઠો છું. I had lost my pen.

(e)

કરી (નહી) શક્યો. આપી (નહી) શક્યો. બેસી (નહી) શક્યા.

વાક્ય–હું સૂઇ નહીં શક્યો. I could not sleep.

REMARKABLE ઉલ્લેખનીય

'જોઇએ છે' is used in the meaning of 'is wanted' or 'ought to be'. It can be combined with a noun n first sense, and with an infinite in the second sense. As–

[A]	અમને મિઠાઇ જોઇએ છે.	We want sweets. (literally speaking, sweets are wanted by us).
	અમને મિઠાઇઓ જોઇએ છે.	We want sweets.
	એને શું જોઇએ છે?	What does she want? (literally speaking, what is wanted by her)
	એને પેનસિલો જોઇએ છે.'	She wants pencils. (literally speaking pencils are wanted by her.)
[B]	તમારે સૂવું જોઇએ.	You ought to sleep. (infinie noun.)
	આપણે રોજ ફરવું જોઇએ.	We ought to walk daily.

N.B. The plural form of જોઇએ is also જોઇએ.

18TH STEP
અઠારમી સીડી
INDECLINABLE
અવ્યય અથવા અવિકારી

The words which remain always unchangeable are called અવ્યય or અવિકારી શબ્દ (indeclinable), as– આજ (Today). કાલ (tomorrow), જલ્દી (quickly) અહીંયા (here), ત્યાં (there) etc.

There are four types of indeclinable words–

1. ક્રિયાવિશેષણ	Adverb
2. સંબંધબોધક	Post-position
3. સમુચ્ચયબોધક	Conjunction
4. વિસ્મયાદિબોધક	Exclamation

Now we shall discuss them briefly.

1. ક્રિયાવિશેષણ Adverb (A word which mostly qualifies a verb):

(i) અમિત નહીં આવે.	Amit will not come.
(ii) તારી પાસે કેટલો સમય છે.	How much time have you?
(iii) એ કેવી રીતે લખે છે?	How does he write?
(iv) ક્યાં જાઓ છો?	Where are you going?
(v) હવે ગાવાનું શરૂ કરો.	Now start singing.

In the above sentences નહીં, કેટલો, કેવી રીતે, ક્યાં, હવે are adverbs, because each of them qualifies its verb. Al these are અવ્યય.

સ્થાનસૂચક – ક્યાં, અહીંયા, ત્યાં, જ્યાં
રીતિસૂચક – ધીરે-ધીરે
નિષેધસૂચક – નહીં, ના
કાળસૂચક – હમણાં, જ્યારે, ત્યારે, ક્યારે,તરત
પરિણામસૂચક – એટલું, આટલું, જેટલું, કેટલું

2. સંબંધબોધક Post-position (A word which shows relation of noun, pronoun, etc., with other words of the sentence):

(i) ટેબલ પર પુસ્તક પડયું છે.	The book is one the table.
(ii) વિકાસ પાછળ રહી ગયો.	Vikas has trailed behind.

65

(iii) તમારા જેવું બહાદુર કોઇ નથી. There is no one brave like you.
(iv) તમે મારા વિરૂધ્ધ જઇ રહ્યા છો. You are going against me.
(v) ।આ ફક્ત તમારા માટે છે. It is only for you.

In the above sentences પર, પાછળ, જેવું, વિરૂધ્ધ, અને માટે are post-positions.

The following are post-position:
સ્થાનસૂચક - (ની) અંદર, પર, માં, (થી) દૂર, ઉપર (ની) આગળ, પાછળ
કાળસૂચક - પછી, ઉપરાંત, પેલા
સમતાસૂચક - સમાન, બરાબર, જેવું, ભાંતિ
વિરોધસૂચક - પ્રતિકૂળ, વિરૂધ્ધ
કારણબોધક - (ના) માટે, કારણ, હેતુ
અન્ય - તરફ, પ્રતિ (દિશાબોધક) દૂર (પૃથકતાસૂચક) દ્વારા (સાધનસૂચક)

It must be noticed that સંબંધબોધક are called post-position (atgainst English Preposition) because they come after the words qualified by them.

3. સમુચ્ચયબોધક Conjunction (A word which is used to join sentences words or clauses):

(i) ડબલરોટી અને માખણ પર્યાપ્ત આહાર છે.
Bread and butter is a sufficient food.
(ii) મને તાવ આવ્યો છે એટલે હું ઉપસ્થિત નહીં થઇ શકું.
I am sufferng from fever so I cannot attend.
(iii) તમે અહીંયા આવશો કે નહીં?
Will you come here or not?

In the above sentences, અને and એટલે, કે are conjunctions, which join espectlivey words and sentences.

The following are conjunctions–
(i) અને, એવમ્, તથા
(ii) અથવા, નહીં તો
(iii) એટલે, કારણ કે
(iv) જો-તો, તો ભી
Iv) અર્થાત્, જેમ કે
(vi) પરંતુ, કિન્તુ
(vii) જેથી

4. વિસ્મયાદિબોધક Exclamation (A word which expresses and exclamatory feeling or emotion of the speaker).

(i) વાહ, વાહ, મેં પ્રથમ પુરસ્કાર જીત્યો.

Hurrah! I won the first prize.

(ii) આહા! આ બગીચો કેટલો સુંદર છે.

Oh! What a beautiful garden it is.

(iii) અરે, એ મરી ગયો.

Ah, he expired.

(iv) હાય! હું હવે શું કરું?

Alas, what shall I do now?

In the above sentences, વાહ-વાહ, આહા, અરે, હાય are the words which express the feelings of joy, surprise and sorrow. All these are exclamations.

List of exclamation–

વિસ્મય – અરે! ઓહ!
ઉત્સાહ – ધન્ય! શાબાશ!
આનંદ – વાહ વાહ,! અહા!
દુઃખ – હાય! અરે! ઓહ!
સંબોધન – અરે! અરે રે!
ઘૃણા – છિઃ! ધત્ તારી!
વિવશતા – ઓહો! કાશ!

REMARKABLE ઉલ્લેખનીય

[A]	[B]
(i) ખરાબ નહીં બોલો.	ખરાબ ના બોલો.
(ii) ખરાબ નહીં સાંભળો.	ખરાબ ના સાંભળો.
(iii) ખરાબ નહીં જૂઓ.	ખરાબ ના જૂઓ.

In the above sentences, there is some difference. In the first column નહીં is in negative sense, but in the second, ના is substituted.

Roughly speaking, sentences of column A & B have the similar meanings. But actually it is not correct.

નહીં is used when we want to give much force or stress to our order in the imperative mood. Remember, in case of putting ના instead, the stress lessened in some extent.

19TH STEP
બારમી સીડી

CARDINAL NUMBERS
ગણતરી (GANATARI)

1. એક	26. છવ્વીસ	51. એકાવન	76. છોંતેર
2. બે	27. સત્યાવીસ	52. બાવન	77. સિત્યોતેર
3. ત્રણ	28. અઠયાવીસ	53. ત્રેપન	78. ઇઠયોતેર
4. ચાર	29. ઓગણત્રીસ	54. ચોપન	79. ઓગણાએંશી
5. પાંચ	30. ત્રીસ	55. પંચાવન	80. એંશી
6. છ	31. એકત્રીસ	56. છપ્પન	81. એક્યાશી
7. સાત	32. બત્રીસ	57. સત્તાવન	82. બ્યાંશી
8. આઠ	33. તેંત્રીસ	58. અઠ્ઠાવન	83. ત્રાંશી
9. નવ	34. ચોંત્રીસ	59. ઓગણસાઠ	84. ચોર્યાશી
10. દસ	35. પાંત્રીસ	60. સાઠ	85. પંચ્યાશી
11. અગિયાર	36. છત્રીસ	61. એકસઠ	86. છયાંશી
12. બાર	37. સાડત્રીસ	62. બાસઠ	87. સત્યાશી
13. તેર	38. આડત્રીસ	63. ત્રેંસઠ	88. અઠયાશી
14. ચૌદં	39. ઓગણચાળીસ	64. ચૌંસઠ	89. નેવ્યાશી
15. પંદર	40. ચાળીસ	65. પાંસઠ	90. નેવું
16. સોળ	41. એકતાળીસ	66. છાંસઠ	91. એકાણું
17. સત્તર	42. બેંતાળીસ	67. સડસઠ	92. બાણું
18. અઠાર	43. ત્રેંતાળીસ	68. અડસઠ	93. ત્રાંણું
19. ઓગણીસ	44. ચુંમાળીસ	69. ઓગણોસિત્તેર	94. ચોરાણું
20. વીસ	45. પીસતાળીસ	70. સિત્તેર	95. પંચાણું
21. એકવીસ	46. છેંતાળીસ	71. એકોતેર	96. છણ્ણું
22. બાવીસ	47. સુડતાળીસ	72. બોંતેર	97. સત્તાણું
23. ત્રેવીસ	48. ઉડતાળીસ	73. તોંતેર	98. અઠ્ઠાણું
24. ચોવીસ	49. ઓગણપચાસ	74. ચુતેર	99. નવ્વાણું
25. પચ્ચીસ	50. પચાસ	75. પંચોતેર	100. સો

1,000 હજાર

1,00,000 લાખ

1,00,00,000 કરોડ

Ordinals ક્રમાંક (Kramānk)

1st	પહેલો	6th	છઠ્ઠો
2nd	બીજો	7th	સાતમો
3rd	ત્રીજો	8th	આઠમો
4th	ચોથો	9th	નવમો
5th	પાંચમો	10th	દસમો

Multiplicative numbers ગુણાંક (Gunanānk)

Twofold	બેગણો	sevenfold	સાતગણો
Threefold	ત્રણગણો	Eightfold	આઠગણો
Fourfold	ચારગણો	Ninefuld	નવગણો
Fivefold	પાંચગણો	Tenfold	દસગણો
Sixfold	છગણો		

Frequentative numerals આવૃત્તિપરખ અંક (Avruttiparakh Ank)

Once	એક વાર	Four time	ચાર વાર
Twice	બે વાર	Five time	પાંચ વાર
Thrice	ત્રણ વાર		

Aggregative numerals પૂર્ણયોગાંક (Purnayogank)

Both	બન્ને	All twenty	વીસે
All three	ત્રણે	Scores of	
All four	ચારે	Hundreds of	સેંકડો
All ten	દસે	Thousands of	હજારો

REMARKABLE ઉલ્લેખનીય

1. In similar ending pronunciation ઓગણીસ (19) is nearer to વીસ (20). ઓગણત્રીસ (29) to ત્રીસ (30), ઓગણચાળીસ (39) to ચાળીસ (40), ઓગણપચાસ (49) to પચાસ (50) and so on.
2. હજારો અને સહસ્ત્ર (thousand) are usually used as nouns and prefixed by એક et.

20TH STEP

વીસમી સીડી

ERRORS IN SPELLINGS

જોડણીની ભૂલો

There are some examples of incorrect and correct forms of words, which are mostly mistaken by common men. Try to follow the correct forms of words.

Incorrect	*Correct*	*Incorrect*	*Correct*
અવશ્યક	આવશ્યક	દુખ	દુઃખ
અત્યાધિક	અત્યધિક	હિન્દુ	હિન્દૂ
ઔદ્યોગિકરણ	ઉદ્યોગીકરણ	પૃથગં	પૃથક
ઉજવલ	ઉજ્જ્વળ	કૃપ્યા	કૃપયા
ઉપરોક્ત	ઉપર્યુક્ત	રાત્રી	રાત્રિ
આર્શીવાદ	આશીર્વાદ	બહુ	બહૂ
ઉપલક્ષ	ઉપલક્ષ્ય	શુરુ	શરૂ
એતિહાસિક	ઐતિહાસિક	ગુરૂ	ગુરુ
કવિયિત્રી	કવયિત્રી	પુજ્ય	પૂજ્ય
ચિન્હ	ચિન્હ્	પૈંસા	પૈસ
સન્યાસી	સંન્યાસી	લઘૂ	લઘુ
પ્રતિછાયા	પ્રિતિચ્છાયા	ઘન્ટી	ઘંટી
પ્રીક્ષી	પરીક્ષા	સતત્	સતત
ચર્મ	ચરમ	પુન્ય	પુણ્ય
કુરુપ	કુરૂપ	પ્રભૂ	પ્રભુ
સહસ્ત્ર	સહસ્ત્ર	સ્ત્રિ	સ્ત્રી
સ્વાસ્થ	સ્વાસ્થ્ય	પ્રતી	પ્રતિ
હસ	હસ	કયાં	ક્યાં

વાયૂ	વાયુ	હૂં	હું
પ્રન્તુ	પરન્તુ	જૈ	જય
અત:એવ	અતએવ	રતન	રત્ન
પૂજ્યનીય	પૂજનીય	પ્રન	પ્રણ
કઠનાઇ	કઠિનાઇ	દષ્ય	દશ્ય
જાગ્રત	જાગૃત	પત્નિ	પત્ની
પશ્ચાતાપ	પશ્ચાત્તાપ	સ્વામિ	સ્વામી
દુરદશા	દુર્દશા	રીતી	રીતિ
શ્રંગાર	શૃંગાર	તિથી	તિથિ
સૌન્દર્યતા	સૌન્દર્ય	કૃયા	ક્રિયા
સમુન્દર	સમુદ્ર	હન્સ	હંસ
પરિવારિક	પારિવારિક	અંખ	આંખ
બિમાર	બીમાર	કુપૂત	કપૂત
કૃપાલૂ	કૃપાલુ	પૃષ્ટ	પૃષ્ઠ
અમ્રિત	અમૃત	સપુત્ર	સુપુત્ર
ક્રિષક	કૃષક	શરધા	શ્રધ્ધા
પ્રાધીન	પરાધીન	ગ્યાન	જ્ઞાન
પુર્નજન્મ	પુનર્જન્મ	ટોપિ	ટોપી
સન્મુખ	સમ્મુખ	બૂડો	બૂઢ્ઢો
લોકિક	લૌકિક	પષ્ટ	પુષ્ટ
આધીન	અધીન	સન્શય	સંશય
સ્થાયિ	સ્થાયી	હિન્સા	હિંસા
પન્ડિત	પંડિત	શભ	શુભ
નિર્દોષી	નિર્દોષ	કૂતાર	કૂતરો
શાંતમય	શાંતિમય	લોભિ	લોભી
વિશવાસ	વિશ્વાસ	નિર્દયી	નિર્દય
ઉપયોગતા	ઉપયોગિતા	લામ્બો	લાંબો
ઠકરાણિ	ઠકરાણી	ટૂન્કો	ટૂંકો
નિરપરાધી	નિરપાધ	કૃતગ્ય	કૃતજ્ઞ

અભિનેત્રિ	અભિનેત્રી	રસાઇ	રસોઇ
સ્થાયીત્વ	સ્થાયિત્વ	લૂહાર	લુહાર
ઔઢવું	ઓઢવું	નીતી	નીતિ
દ્વિતિય	દ્વિતીય	પડવૂં	પડવું
સતર	સત્તર	ક્રિપા	કૃપા
નવમ્	નવમ	ઐક	એક
સડેલૂ	સડેલું	રૂમાલ	રુમાલ
ભારતિય	ભારતીય	સૌતૈલો	સૌતેલો
ત્રીભૂવન	ત્રિભુવન	ઋશિ	ઋષિ
પાડીત્ય	પાંડિત્ય	સપુત્ર	સુપુત્ર
સ્ત્રિ	સ્ત્રી	યથેષ્ઠ	યથેષ્ટ
દુરાવ્સથા	દુરાવસ્થા	જ્યોતી	જ્યોતિ
નૈત્ર	નેત્ર	સંસારિક	સાંસારિક
કૌશલતા	કુશળતા	અદભૂત	અદ્‌ભુત

REMARKABLE ઉલ્લેખનીય

1. The pronunciation of ઋ is very near to the pronunciation of ri in English word **bridge**. Its pronunciation is somewhere between અ and ઇ nearer to ઇ So that કૃપા is not exactly ક્રિપા kripā but krupā.
2. In pronunciation કૃષિ is different from ક્રિષિ in the same way, as ક્રિપા is different from કૃપા. In both the examples, the second-one are incorrect.

21TH STEP
એકવીસમી સીડી

USEFUL EXPRESSIONS
ઉપયોગી લઘુ વાક્ય

We can convey our thoughts and feelings through small phrases and sentences. Let us learn to speak briefly.

Here are some phrases and short sentences:

1.	Hello!	કેમ છો?	Kem cho?
2.	Happy New Year!	નૂતન વર્ષાભિનંદન	Nutan Varshābhi-nandan!
3.	Same to you!	તમને પણ!	tamane pan!
4.	Happy birthday to you!	જન્મદિવસ શુભ હો!	Janmadivas shubh ho!
5.	Welcome you all!	તમારા બધાનું સ્વાગત!	Tamārā badhānu swāgat!
6.	Congratulations!	અભિનંદન!	Abhinandan!
7.	Thanks for your kind visit.	તમારા પધારવાનો મહેરબાની!	Tamārā padhār-vāni maherbāni!
8.	Thank God!	ભગવાનની મહેરબાની!	Bhagvān ni ma-herbāni!
9.	Oh my darling!	ઓહ, મારા પ્રિય!	Oh, mārā priya!
10.	O God!	હે ભગવાન!	He bhagvān!
11.	Oh!	અરે!	Are?
12.	Bravo!	શાબાશ!	Shābāsh!
13.	Woe!	હાય!	Hāye!
14.	Excellent!	અતિ શ્રેષ્ઠ!	Ati shreshtha!
15.	How terrible!	કેટલું ભયાનક!	Ketalun bhayā-nak!
16.	How absurd!	કેટલું વિચિત્ર!	Ketalun vichitra!
17.	How beautiful!	કેટલું સુંદર!	Ketalun sundar!
18.	How disgraceful!	કેટલું શરમજનક!	Ketalun sharm-janak!

19. Really!	સાચે જ!	Sāche ja!
20. O.K.!	સારું!	Sārun!
21. Wonderful!	સરસ!	Saras!
22. Than you!	આભાર!	Abhār!
23. Certainly!	ચોક્કસ!	Chokkas!
24. What a great victory!	કેટલો મહાન વિજય!	Ketalo mahān vijay!
25. With best compliments!	અભિનંદન સાથે!	Abhinandan sāthe!

Some useful clauses and short sentences :

1. just a minute.	જરા એક મિનિટ!	Jarā ek minit!
2. Just coming.	હમણાં આવ્યો/આવી	Hamanā āvyo/ āvi!
3. Any more!	થોડું વધારે!	Thodun vadhāre?
4. Enough.	બસ!	Bas!
5. Anything else?	બીજું કાંઇ?	Biju kāi?
6. No worry.	કોઈ ચિંતા નહીં	Koi chintā nahin!
7. As you like.	જેવી તારી ઇચ્છા.	Jevi tāri icchā.
8. Mention not.	કોઇ વાત નથી.	Koi vāṭ nathi.
9. Nothing more.	કશું વધારે નહીં.	Kashun vadhāre nahin.
10. Not at all.	બિલકુલ નહીં.	Bilkul nahin.
11. For ladies.	મહિલાઓ માટે.	Mahilāo māte.
12. To let	ભાડા પર આપવાનું	Bhādā par āpavānu.
13. No admission.	પ્રવેશ નિષેધ છે.	Pravesh nishedh chhe.
14. No entrance.	પ્રવેશ નહીં.	Pravesh nahin.
15. No thoughtfare.	રસ્તો નથી.	Rasto nathi.
16. No talking.	વાતચીત કરવાની મનાઇ છે.	Vātchit karvāni manāi chhe.
17. No smoking.	ધૂમ્રપાનની મનાઇ છે.	Dhumrapān ni manāi chhe.
18. No spitting.	થૂકવાની મનાઇ છે.	Thukvāni manāi chhe.
19. No parking.	વાહન ઊભા રાખવાની મનાઇ છે.	Vāhan ūbhā rākhvāni manāi chhe.
20. No exit.	બહાર જવાની મનાઇ છે.	Bhār javāni manāi chhe.

22ND STEP
બાવીસમી સીડી

IMPERATIVE SENTENCES
વિધ્યર્થક વાક્ય

In the following sentences, there are many verbs in the imperative mood expressing order, request or advice.

Here are some examples of short sentences giving force to verbs.

1. Be quick.	જલ્દી કરો.	Jaldi karo.
2. Be quiet.	શાંત રહો.	Shānt raho.
3. Come in.	અંદર આઓ.	Andar jāo.
4. Get out.	બહાર જાઓ.	Bahār jāo.
5. Stick no bills.	કાગળ ચોંટાડવાની મનાઈ છે.	Kagaḷ choṭādvāni manāi chhe.
6. Don't talk rot.	બકવાસ નહીં કરો.	Bakvās nahin karo.
7. Be careful	સાવધાન રહો.	Sāvdhān raho.
8. Bring a glass of water.	એક ગ્લાસ પાણી લાવો.	Ek glass pāni lāo.
9. Don't forget to come tomorrow.	કાલે આવવાનું ભૂલતા નહીં.	Kale āvavānu bhūlta nahin.
10. Don't haste.	જલ્દી જલ્દી નહીં કરો.	Jaldi jaldi nahin karo.
11. Don't be talkative.	વાતો નહીં કરો.	Vāto nahin karo.
12. Speak the truth.	સાચું બોલો.	Sāchun bolo.
13. Don't tell a lie.	જૂઠું નહીં બોલો.	Jūthu nahin bolo.
14. Go back.	પાછા જાઓ.	Pāchā jāo.
15. Work hard.	મહેનત કરો.	Mahenat karo.
16. Shut the window.	બારી બંધ કરો.	Bāri bandh karo.
17. Open the door.	દરવાજો ખોલો.	Darvājo kholo.
18. Come forward.	આગળ આઓ.	Agaḷ jāo.
19. Come alone.	એકલા આવજો.	Ekalā āvajo.
20. Sit down.	બેસી જાઓ.	Besi jāo.
21. Stand up.	ઊભા થાઓ.	Ubhā thāo.

22. Get up early.	જલ્દી ઊઠો.	Jaldi ūtho.
23. Be ready by 8 o'clock.	૮ વાગ્યા સુધીમાં તૈયાર રહેજો.	Ath vāgyā sudhima taiyār rahejo.
24. Always keep to the left.	હંમેશા ડાબી બાજુ રહો.	Hameshā dābi bāju raho.
25. Give up bad habbits.	ખરાબ આદતો છોડી દો.	Kharāb ādato chodi do.
26. Mind your own business.	પોતાના કામથી મતલબ રાખો.	Potānā kām thi matlab rākho.
27. Ring the bell.	ઘંટડી વગાડો.	Ghaṇtadi vagādo
28. Take it away.	આને લઈ જાઓ.	Ane lai jāo.
29. Return the balance.	છૂટા પૈસા પાછા આપો.	Chutā paisā pāchā āpo.

[2] The Sentences Indicating Requst:

30. Please, excuse me.	કૃપયા માફ કરો.	Kripayā māf karo.
31. Don't mind, please.	ખરાબ નહીં લગાડતા.	Kharāb nahin lagādatā.
32. Please, try to understand me.	કૃપયા, મને સમજવાનો પ્રયત્ન કરો.	Kripayā mane samajavāno prayatna karo.
33. Please, lend me your bicycle.	કૃપયા, મને તમારી સાઇકલ આપજો.	Kripayā, mane tamāri cycle āpajo.
34. Follow me, please.	કૃપયા, મારી પાછળ આવો.	Kripayā māri pachaḷ āvo.
35. Please, have a cold drink.	કૃપયા, ઠંડું પીણું લેશો.	Kripayā, thandu pinu lesho.
36. Have some coffee, please.	કૃપયા, થોડી કૉફી લેશો.	Kripayā, thodi kofi lesho.
37. Please, have the room swept.	કૃપયા, રૂમમાં સફાઇ કરાવજો.	Kripayā, rūmmān safai karāvajo.
38. Please, call the servant.	કૃપયા નોકરને બોલાવજો.	Kripayā nokarne bolāvajo.
39. Please, pass me the chilly.	કૃપયા, મરચું પકડાવશો.	Kripayā marchun pakadāvasho.
40. Please, bring us	કૃપયા, અમારા માંટે	Kripayā, amārā

some sweets.	થોડી મિઠાઈ લાવજો.	māte thodi mithai lāvjo.
41. Please deliver the goods at my residence.	કૃપયા, મારા ઘરે આ વસ્તુઓ પહોંચાડી દેજો.	Kripayā mārā ghare ā vastuo pahonchādi dejo.
42. Please take your bath.	કૃપયા, સ્નાન કરી લો.	Kripayā, snān kari lo.
43. Please have your seat.	કૃપયા, તમારી જગ્યા લઈ લો.	Kripayā tamāri jagyā lai lo.
44. Kindly inform in time.	કૃપયા કરી સમય પર જણાવજો.	Kripayā kari samaya par janāvajo.
45. Kindly grant me a loan.	કૃપા કરી મને ઉધાર આપજો.	Kripayā kari mane ūdhār āpajo.

[3] The Sentences Indicating Advice:

46. Let us go in time.	આપણે સમય પર જઈએ.	Apane samay par jaiye.
47. Work hard lest you will fail.	મહેનત કરો નહીં તો નિષ્ફળ જશો.	Mahenat karo nahin to nishfal jasho.
48. Let us wait.	આપણે રાહ જોઈ લઈએ.	Apane rāh joi laiye.
49. Let us go for a walk.	ચાલો આપણે ફરવા જઈએ.	Chalo āpane farwā jaiye.
50. Let us make the best use of time.	આપણે સમયનો સદુપયોગ કરીએ.	Apane samayno sadaupayoga kariye.
51. Let us try our best.	આપણે પૂરેપૂરો પ્રયત્ન કરીએ.	Apane pūrepūro prayatna kariye.
52. Let it be so.	ભલે એમ હોવા દો.	Bhale em hovā do
53. Let us think first over this matter.	પહેલા આપણે આ વાત પર પર વિચાર કરીએ.	Pahela āpane ā vāt par vichār kariye.
54. Lt us go to cinema together.	ચાલો, આપણે સાથે સિનેમામાં જઈએ.	Chalo, āpane sāthe cinemā-mān jaiye.

23RD STEP
ત્રેવીસમી સીડી

PRESENT TENSE
વર્તમાન કાળ

(1) Present Indefinite Tense સામાન્ય વર્તમાન

1. I write a letter to my brother.	હું મારા ભાઇને પત્ર લખું છું.	Hun mārā bhāi ne patra lakhun chhun.
2. Some children like sweets.	કોઇ છોકરાંઓ મિઠાઇ પસંદ કરે છે.	Koi chokarāo mithāi pasand kare che.
3. I leave home at 9.00 a.m. every day.	હું રોજ ઘરેથી ૯ વાગે સવારે નીકળું છું.	Hun roj ghare thi 9 vāge savāre niklu chun.
4. The earth moves round the sun.	પૃથ્વી સૂર્યની ચોતરફ ફરે છે.	Prithvi sūryani chotaraf fare che
5. Good child always obeys his parents.	સારો બાળક હંમેશા માબાપનું કહ્યું માને છે.	Sāro bālak hame-nshā mābāp nun kahyun māne che
6. She drives too quickly.	એ બહુ જ તેજ ગાડીને ભગાવે છે.	E bahu ja tej gādi-ne bhagāve che.
7. I brush my teeth twice a day.	હું મારા દાંતને દિવસમાં બે વાર સાફ કરું છું.	Hun mārā dānt ne divasmān be vār sāf karun chun.
8. We live in India.	આપણે ભારતમાં રહીએ છીએ.	Apanen Bhārat-mān rahiye chiye
9. You always forget to pay.	તું હંમેશા પૈસા ચુકવવાનું ભૂલી જાય છે.	Tun hamenshā paisā chukāva-vānun bhūli jayā che.

10. The last bus leaves at mdnight. — છેલ્લી બસ મધરાતે નીકળે છે. — Chelli bus madharāte nikale chhe.

11. You spend all your money on clothes. — તું તારા બધા પૈસા કપડાં પર ખર્ચે છે. — Tun tārā badhā paisā kapadān par kharche chhe

12. Someone knocks at the door. — કોઇ દરવાજો ખટખટાવે છે. — Koi darvājo khatkhatāve chhe.

13. She always wears the glasses. — એ હંમેશા ચશ્મા પહેરે છે. — E hamenshā chashmā pahere chhe.

14. In India, there are fifteen regional languages. — ભારતમાં પંદર ક્ષેત્રીય ભાષાઓ છે. — Bharatmān pander kshetriya bhāshāo chhe.

(2) Present Continuous Tense તાત્કાલિક વર્તમાન

1. My mother is sweeping the room. — મારી મા રૂમ સાફ કરી રહી છે. — Māri mā rūm sāf kari rahi chhe.

2. I am reading Nav Bharat Times. — હું નવભારત ટાઇમ્સ વાંચી રહ્યો છું. — Hun Navbhārat Times vānchi rahyo chun.

3. The dog is lying under the car. — આ કૂતરો ગાડીની નીચે સૂતો છે. — A kūtaro gādini niche sūto chhe.

4. He is going to the market. — એ બજાર જઇ રહ્યો છે. — E bajār jai rahyo chhe.

5. She is crying for nothing. — એ ફોકટની રડી રહી છે. — E fokatni radi rahi chhe.

6. I am just coming. — હું હમણાં આવું છું. — Hun hamanā āvun chhun.

7. I am looking at the sky. — હું આકાશ તરફ જોઇ રહ્યો છું. — Hun ākash taraf joi rahyo chun.

8. I am singing the song. — હું ગીત ગાઉં છું. — Hun gita gāun chun.

9. She is looking for — એ પેન શોધી રહી છે. — E pen shodhi rahi

79

	a pen.		chhe.
10.	The patient is going to the hospital.	રોગી હૉસ્પિટલ જઇ રહ્યો છે.	Rogi hospital jai rahyo chhe.

(3) Doubtful Present Tense સંદિગ્ધ વર્તમાન

1.	She may be reaching her office.	એ એના કાર્યાલય પહોંચી રહી હશે.	E enā kāryālaya pahonchi rahi hashe.
2.	They may be thinking wrong.	એ લોકો ખોટું વિચારી રહ્યા હશે.	E loko khotun vichāri rahyā hashe.
3.	I may be going to Bombay tomorrow	હું કદાચ કાલે મુંબઇ જઇશ.	Hun kadāch kāle mumbai jaish.
4.	I may be teaching Hindi to my pupils.	હું કદાચ મારા વિદ્યાર્થીઓને હિન્દી ભણાવીશ.	Hun kadāch vidh-ayārthione Hindi bhanāvish.
5.	Your sister may be waiting for you.	તમારી બહેન તમારી રાહ જોઇ રહી હશે.	Tamāri bahen tamāri rāh joi rahi hashe.
6.	She may be plying on the voilin.	એ વાયોલિન વગાડતી હશે.	E violin vagādati hashe.
7.	She may be returning the money in a week.	એ કદાચ એક સપ્તાહમાં પૈસા પાછા આપશે.	E kadāch ek sap-tahmān paisā pāchā āpashe.
8.	Rama may be learning her lesson in the morning.	રમા સવારે કદાચ એનો પાઠ શીખતી હશે.	Ramā savāre kadāch eno pāth shikhati hashe.

24TH STEP
ચોવીસમી સીડી

FUTURE TENSE
ભવિષ્ય કાળ

(1) Future Indefinite Tense સામાન્ય ભવિષ્યતકાળ

1. I shall write a letter to my brother.	હું મારા ભાઈને પત્ર લખીશ.	Hun mārā bhāi ne patra lakhish.
2. My father will reach here by Sunday.	મારા પિતા રવિવાર સુધી અહીંયા પહોંચી જશે.	Mārā pitā ravivār sudhi ahinyā pahonchi jashe.
3. The mother will go to the market tomorow.	મા કાલે બજાર જશે.	Mā kāle bajāṛ jaishe.
4. She will study hard this year.	એ આ વર્ષે ખૂબ મહેનતથી ભણશે.	E ā varshe khub mahenat thi bhanshe.
5. It will serve my purpose.	આનાથી મારું કામ ચાલી જશે.	Anāthi mārun kām chāli jashe.
6. I shall return day after tomorrow.	હું પરમ દિવસે પાછી આવીશ.	Hun param divse pāchi āvish.
7. My brother will stay here at night.	મારો ભાઈ રાત્રે અહીંયા રહેશે.	Māro bhāi rātre ahinyā raheshe.
8. I shall return in the evening definitely.	હું સાંજે ચોક્કસ પાછો આવી જઇશ.	Hun sānje chokkas pācho āvi jaish.
9. I will do it whatever happens.	જે પણ થાય, હું આ કરીશ જ.	Je pan thāy, hun ā karishaj.
10. I will certainly give you what ou want.	તમને જે જોઇએ એ હું નિશ્ચિત આપીશ.	Tamane je joiye e hun nishchit āpish.
11. We shall start at about 5 o'clock.	આપણે લગભગ ૫ વાગે જઇશું.	Apane lagbhag pānch vāge jaishun.

12. I will give up smoking definitely.	હું ધૂમ્રપાન ચોક્કસ છોડી દઈશ.	Hun chokkas dhumrapān chodi daish.
13. I will come positively.	હું જરૂર આવીશ.	Hun jarūr āvish.
14. I will see it later on.	હું પછીથી આને જોઈશ.	Hun pachithi āne joish.

(2) Contingent Future Tense સંભાવ્ય ભવિષ્યતકાળ

1. If your elder brother come you do come.	જો તારો મોટો ભાઈ આવે, તો તું જરૂર આવજે.	Jo tāro moto bhāi āve, to tūn jarūr āvaje.
2. If you stay I do stay.	જો તું રોકાશે તો હું પણ રોકાઈશ.	Jo tun rokāshe, to hun pan rokāish.
3. Ranjana may arrive today.	રંજના કદાચ આજે આવશે.	Ranjanā kadāch āje āvashe.
4. I may invite my colleagues also.	હું કદાચ મારા સાથીદારોને પણ આમંત્રણ આપીશ.	Hun kadāch mārā sāthidārone pan āmantran āpish.
5. If you go for a walk, call me also.	જો તમે ચાલવા જાઓ તો મને પણ બોલાવજો.	Jo tame chālvā jāo to mane pan bolāvjo.
6. You may rest in my cotage if you like.	તને જો ગમે તો તું મારા ઝોંપડામાં આરામ કરી શકે છે.	Tane jo game to tun mārā zopdā mān ārām kari shake chhe.
7. I may leave this station any time.	હું ક્યારેક પણ આ સ્ટેશન છોડી દઈશ.	Hun kyārek pan a stashan chodi daish.
8. She may attend the meeting tomorrow.	એ કદાચ કાલે સભામાં આવે.	E kadāch kāle sabhāmān āve.
9. Lest he may escape away.	એવું ના થાય કે એ કશે ભાગી જાય.	Evun nā thāi ke e kashe bhāgi jaya.
10. You may get admission either in science or in commerce.	તને વિજ્ઞાનમાં અથવા વાણિજ્યમાં પ્રવેશ મળે.	Tane vigyān mān athava vanijya mān pravesh male.

25TH STEP
પચીસમી સીડી

PAST TENSE (1)
ભૂતકાળ (૧)

(1) Past Indefinite સામાન્ય ભૂત

1. The studnets reached the classroom.	છાત્ર કક્ષામાં પહોંચ્યા.	Chhātra kakshā mān pahonchyā.
2. The police arrested the accused.	પોલીસે અપરાધીને ગિરફતાર કર્યો.	Police aparādhine giraftār karyo.
3. I saw him yesterday.	મેં એને ગઈકાલે જોયો.	Main ene gai kāle joyo.
4. We sat down on the path while walking.	અમે ચાલતા ચાલતા પગદંડી પર બેસી ગયા.	Ame chāltā chāltā pagdandi par besi gayā.
5. I went to your house in the morning.	હું સવારે તારા ઘરે ગયેલો.	Hun savāre tārā ghare gayelo.
6. We gave her a warm welcome.	અમે એનું હાર્દિક સ્વાગત કર્યું.	Ame enu hārdik swāgat karyun.
7. The teacher punished the naughty students.	અધ્યાપકે તોફાની છાત્રોને સજા આપી.	Adhyāpake tofāni chhatrone sajā āpi.
8. You withnessed the match.	તેં મેચ જોઈ.	Ten mech joi.
9. The children ran and played.	છોકરાંઓ દોડયા અને રમ્યા.	Chhokarāo dodyā ane ramyā.
10. They laughed at the begger.	એ લોકો ભિખારી પર હસ્યા.	E loko bhikhāri par hasyā.
11. The girls sang a song.	છોકરીઓએ એક ગીત ગાયું.	Chhokarāoe ek git gāyun.

12. The mothe told a story of king.	માએ રાજાની એક વાર્તા કહી.	Māe rājāni ek vartā kahi.
13. The baby took a sound sleep.	નાના બાળકે ગાઢી ઊંઘ લીધી.	Nānā bālake gah-dhi ungh lidhi.
14. Rekha wrote a letter to her fast friend.	રેખાએ પોતાની ખાસ બહેનપણીને પત્ર લખ્યો.	Rekhāe potāni khās bahenpani-ne patra lakhyo.
15. They ate, drank and became happy.	એ લોકોએ ખાધું, પીધું અને સુખી થયા.	E lokoe khādhun, pidhun ane sukhi thaya.

(2) Present Perfect આસન્ન ભૂત

1. I have done my work.	મેં પોતાનું કામ કરી લીધું છે.	Main potānun kām kari lidhun chhe.
2. She has seen me in the restaurant.	એણે મને રેસ્ટોરાંમાં જોઇ લીધી છે.	Ene mane resto-rāmān joi lidhi chhe.
3. You have read this book.	તમે આ પુસ્તક વાંચ્યુ છે.	Tame a pustak vānchu chhe.
4. I have finished my work.	હું પોતાનું કામ કરી ચુક્યો છું.	Hun potānun kām kari chukyo chun.
5. My mother has arrived at home.	મારી મા ઘરે પહોંચી ગઇ છે.	Māri mā ghare pahonchi gai chhe.
6. Garima has sung a song.	ગરિમાએ એક ગીત ગાયું છે.	Garimāe ek git gāyun chhe.
7. The studnets have gone to their home.	વિદ્યાર્થીઓ પોતાના ઘરે ગયા છે.	Vidyārthio potā-nā ghare gayā chhe..
8. The sweeper has just washed the floor.	સફાઇ કરનારે હમણાં જ જમીન ધોઇ છે.	Safāi karnāre hamanaj jamin dhoi chhe.
9. The phne has stopped ringing.	ફોન વાગવાનો બંધ થઇ ગયો છે.	Fona vāgvāno bandh thai gayo chhe.

10. Someone has broken the clock.	કોઈકે ઘડિયાળ તોડયું છે.	Koike ghadiāl todyun chhe.
11. They have heard the sad news.	એ લોકો દુઃખદ સમાચારં સાંભળી ચુક્યા છે.	E loko dukhad samāchar sāmbhali chukyā chhe.
12. She has made the coffee.	એણે કૉફી બનાવી છે.	Ene kofi banāvi chhe.
13. I have paid the bill.	મેં બિલ ચુકાવી દીધું છે.	Main bil chukāvi didhun chhe.
14. Father has planted a tree.	પિતાજીએ વૃક્ષ રોપ્યું છે.	Pitājie vruksha ropyun chhe.
15. The play has just began.	નાટક હમણાં જ શરૂ થયું છે.	Nātak hamanāj sharūn thayun chhe.

(3) Past Perfect પૂર્ણ ભૂત

1. I had already written the letter.	મેં પહેલાથી જ પત્ર લખી દીધેલો.	Men pahelāthij patra lakhi didhelo.
2. She had seen this picture before.	એણે આ ફોટો પહેલા જોયેલો.	Ene a foto pahelā joyelo.
3. Till last evening I had no seen him.	ગઈકાલે સાંજ સુધી મેં એને નહોતો જોયો.	Gayi kāle sanj sudhi men ene nahoto joyo.
4. Anil had gone home before Amit came.	અમિતના આવતા પહેલાં અનિલ ઘરે ગયેલો.	Amit nā āvatā pahelan Anil ghare gayelo.
5. I had finished my breakfast when Rita came.	જ્યારે રીટા આવી ત્યારે હું નાસ્તો કરી ચુકેલો.	Jyāre Ritā āvi tyāre hun nāsto kari chukelo.
6. We had lived in Lajpat Nagar since 1950.	અમે ૧૯૫૦થી લાજપત નગરમાં રહીએ છીએ.	Ame 1950 thi Lajpat nagar mān rahie chhiye.
7. I had waited for you for the last	હું છેલ્લા પાંચ વરસથી તારી રાહ જોઈ રહેલો.	Hun chhellā pānch varasathi

85

five years.		tāri rāh joi rahelo.
8. We had never seen such a match before.	અમે આવી મેચ પહેલાં ક્યારેય નહોતી જોઇ.	Ame āvi mech pahelā kyāreya nahoti joi.
9. She had drunk the water.	એ પાણી પી ચુકેલી.	E pāni pi chukeli.
10. My sister had passed the degree examination.	મારી બહેન ડિગ્રી પરીક્ષા પાસ કરી ચુકેલી.	Māri bahen digrini parikshā pās kari chukeli.
11. I had come here to meet you.	હું અહીંયા તને મળવા આવેલો.	Hun ahinyā tame malavā āvelo.
12. They had not paid the debt.	એ લોકોએ ઉધાર ચુકાવ્યું નહોતું.	E lokoe udhar chukāvyun nahotun.
13. We had purchased the shirts.	અમે ખમીસો ખરીદેલ.	Ame khamiso kharideli.
14. The train had left the platform, when we reached.	જ્યારે અમે પહોંચ્યા એ પહેલા રેલગાડી પ્લેટફૉર્મ છોડી ગયેલી.	Jyāre ame pahonchyā e pahelā relgādi platform chhodi gayeli.
15. He had seen this picture.	એણે આ ફોટો જોયો હતો.	Ene a foto joyo hato.

26TH STEP
છવ્વીસમી સીડી
PAST TENSE (2)
ભૂતકાળ (૨)

(4) Doubtful Past સંદિગ્ધ ભૂત

1. Yashodhara might have come.	યશોધરા કદાચ આવી હશે.	Yashodharā kadāch āvi hashe
2. You might have heard the name of Tagore.	તમે ટાગોરનું નામ કદાચ સાંભળ્યું જ હશે.	Tame Tāgor nun nām kadāch sāmbhalyun ja hashe.
3. She might have forgotten the past.	એ વીતેલો સમય ભૂલી ગઈ હશે.	E vitelo samay bhuli gai hashe.
4. They might have sleep.	એ લોકો સૂઈ ગયા હશે.	E loko sui gayā hashe.
5. They might have paid her the old dues.	એ લોકોએ એને પાછલા લેનદેન ચુકાવી દીધા હશે.	E lokoe ene pāchalā lenden chukāvi didhā hashe.
6. He might have thought that I would be still there.	એણે વિચાર્યું હશે કે હું હજુ સુધી ત્યાં જ હોઈશ.	Ene vichāryun hashe ke hun haju sudhi tyānj hoish.
7. Mr. Malik might have written the letter.	શ્રી મલિકે પત્ર લખ્યો હશે.	Shri Malike patra lakhyo hashe.
8. The institution might have invited the Mayor.	એ સંસ્થાએ મેયરને આમંત્રણ આપ્યું, હશે.	E sansthāe mayarne āmantran apyun hashe.
9. They might have laughed when she begged.	એ લોકો હસ્યા હશે જ્યારે એ ભીખ માંગતી હતી.	E loko hasyā hashe jyāre e bhikh māngati hati.

10. They might have accepted it.	એ લોકોએ સ્વીકાર કર્યું હશે.	E lokoe swikār karyun hashe.
11. She might have done her duty.	એણે પોતાનું કર્તવ્ય પૂરું કર્યું હશે.	Ene potānun kartavya purun karyun hashe.
12. The author might have written his autobiography.	એ લેખકે પોતાની આત્મકથા લખી હશે.	E kekhake potāni ātmakathā lakhi hashe.

(5) Past Imperfect અપૂર્ણ ભૂત

1. I was writing a letter when he enerted the room.	હું પત્ર લખી રહી હતી જ્યારે એણે રૂમમાં પ્રવેશ કર્યો.	Hun patra lakhi rahi hati jyāre ene rūmmān pravesh karyo.
2. I was riding to school yesterday.	ગઈકાલે હું ઘુડસવારી કરતો સ્કૂલ ગયો.	Gaikāle hun ghu-dsavari karato skūl gayelo.
3. It was raining when I went out.	જ્યારે હું બહાર ગયો તો વર્ષા થઈ રહેલી.	Jyāre hun bhār gayo to varshā thai raheli.
4. While I was talking to her I heard a shout.	જ્યારે હું એની સાથે વાત કરી રહેલો ત્યારે મેં એક રાડ સાંભળી.	Jyāre hun eni sathe vat kari rahelo tyāre mein ek rad sāmbhali.
5. He was writing an essay in Hindi.	એ ગુજરાતીમાં નિબંધ લખી રહેલો.	E Gujarāti mān niban lakhi rahelo
6. When they were sleeping the dogs were watching.	જ્યારે એ લોકો સૂતા હતા તો કૂતરા પહેરો આપી રહેલા.	Jyāre e loko sūtā hatā to kūtarā pahero āpi rahelā
7. We were playing tennis when your brother came.	જ્યારે તારો ભાઈ આવ્યો ત્યારે અમે ટેનિસ રમી રહેલા.	Jyāre tāro bhāi āvyo tyāre ame tenis rami rahelā.
8. Reena was trying hard to hide her desire.	રીના પોતાની ઈચ્છા છુપાવવા બહુ જ પ્રયત્ન કરી રહેલી.	Ritā potāṇi icchā chupāvavā bahu ja prayatna kari raheli.
9. They were talking too loudly in the meeting.	એ લોકો સભામાં ખૂબ જ જોરથી બોલી રહેલા.	E loko sabhāmān khūb ja jorthi boli rahelā.

10. Asha was studing with me in the school.	આશા મારી સાથે સ્કૂલમાં ભણતી હતી.	Ashā māri sāthe skūlmān bhanati hati.
11. We were living in Pune two years ago.	બે વર્ષ પહેલા અમે પૂનામાં રહેતા હતા.	Be varshā pahelā ame pūnā mān raheta hatā.
12. Fomerly this cow was giving ten kilolitre of milk.	પહેલા આ ગાય દસ કિલો દૂધ આપતી હતી.	Pahelā ā gaya das kilo dūdh āpati hati.
13. In the last world war, the Germans were fighting bravely.	છેલ્લા વિશ્વયુદ્ધમાં, જર્મન બહુ વીરતાથી લડયા હતા.	Chhelā vishwa-yudhamān, Jarman bahu virtā thi ladhatā hatā.
14. At that time, I was residing in Delhi.	એ સમયે હું દિલ્હીમાં રહેતો હતો.	E samaye hun Delhimān raheto hato.
15. I used to go daily to the temple.	હું રોજ મંદિર જતો હતો.	Hun roj mandir jato hato.
16. Before 1947, we were living in West Punjab.	૧૯૪૭ પહેલાં અમે પશ્ચિમ પંજાબમાં રહેતા હતા.	1947 pahelan ame pashchim Punjābmān rahetā hatā.
17. When I was seven yeas old, I was going to school all alone.	જ્યારે હું સાત વર્ષનો હતો હું એકલો સ્કૂલ જતો હતો.	Jyāre hun sāt varshano hato hun ekalo skūl jato hato.
18. In may early age, my grandmother was telling the story to me.	હું જ્યારે નાની હતી, મારી દાદી મો વાર્તા સંભળાવતી હતી.	Hun jyāre nahi hati, māri dādi mā vartā sām-bhalavāti hati.
19. In his sevently he used to walk very fast.	સિત્તેર વર્ષના હોવા છતાં એ બહુ જ તેજીથી ચાલતા હતા.	Sitter varshanā hova chhatān e bahu ja teji thi chaltā hatā.

(6) Past Conditional **હેતુહેતુમદ્ ભૂત**

1. If you had worked hard, you would have passed.	જો તેં મહેનત કરી હોત તો તું ઉત્તીર્ણ થઇ જાતે.	Jo ten mahenat kari hoti to tun utirna thai jate.
2. Had you been	જો તું ઈમાનદાર હોત	Jo tun imāndār

	honest you would have been happier.	તો તું વધારે સુખી હોત.	hotā to tūn vadhāre sukhi hota.
3.	If she had been clever she would have not done so.	જો એ હોંશિયાર હોત તો એ આવું નહીં કરતી.	Jo e honshiār hota to e avūn nahin karati.
4.	Had you sung, we would have enjoyed.	જો તેં ગાયું હોત તો અમને આનંદ આવતે.	Jo ten gayun hota to amane anand āvate.
5.	If she had reached I would have gone.	જો એ પહોંચી હોત તો હું ચાલી ગયો હોત.	Jo e pahonchi hota to hun chāli gayo hota.
6.	Had you come I would have played.	જો તું આવ્યો હોત તો હું રમતે.	Jo tun avyo hota to hun ramate.
7.	If you had written to me I would have replied to you.	જો તેં મને લખ્યું હોત તો મેં જવાબ આપ્યો હોત.	Jo ten mane lakhyun hota to main jawāb āpyo hota.
8.	Have you asked me I would have stayed?	જો તેં મને પૂછ્યું હોત તો હું રોકાઈ જતે.	Jo ten mane puchhyun hota to hun rokāi jate.
9.	If she had told me earlier I would have not done so.	જો એણે મને પહેલાં બતાવ્યું હોત તો મેં આમ ન કર્યું હોત.	Jo ene mane pahelān batāvyun hota to main ām nā karyun hota.
10.	Had you invited her she would have come.	જો તેં એને આમંત્રિત કરી હોત તો એ આવતે.	Jo ten ene āmantrit kari hota to e āvate.
11.	Had Radha wings she would have flown over to Krishna.	રાધાને પાંખ હોતે તો એ ઊડીને કૃષ્ણ પાસે પહોંચી જતે.	Rādhāne pankh hote to e ūdine krishna pāse pahonchi jate.
12.	If she had liked camera she would have bought it.	જો એને કેમેરા પસંદ આવતે તો એ ખરીદતે.	Jo ene kemerā pasand āvate to e kharidate.

27TH STEP
સત્તાવીસમી સીડી
INTERROGATIVE SENTENCES
પ્રશ્નસૂચક વાક્ય (૧)

Interrogative Sentences With

(1) IS	ARE	AM	WAS	WERE
છે	છે/છીએ	છું	હતો/હતી/હતું	હતા/હતી

1. Is Hidni difficult?	ગુજરાતી અઘરું છે?	Gujarāti aghrun chhe?
2. Is it cold today?	આજે ઠંડી છે?	Aje thandi chhe?
3. Is your name Narendra Kumar?	તમારું નામ નરેન્દ્ર કુમાર છે?	Tamārun nām Narendra Kumār chhe?
4. Are you afraid of ghost?	તમને ભૂતથી ડર લાગે છે?	Tamane bhūta thi dar lāge chhe?
5. Are you feeling well?	તમારી તબિયત સારી છે?	Tamāri tabiyat sāri chhe?
6. Are you Mr. Amitabh.	તમે શ્રી અમિતાભ છો?	Tame shri Amitābh chho?
7. Am I afraid of you?	હું તમારાથી ડરું છું?	Hun tamārāthi darun chhun?
8. Am I a fool?	હું બુધ્ધુ છું?	Hun buddhū chhun?
9. Am I your servant?	હું તમારો નોકર છું?	Hun tamāro nokar chhun?
10. Was she frighte-ned?	એ ડરેલી હતી?	E dareli hati?
11. Was he a stranger here?	એ અહીંયા અજનબી હતો?	E ahinyā ajanabi hato?
12. Was the moon	ચંદ્રમા ચમકી રહેલો?	Chandramā cha-

shining?		mạki rahelo?
13. Were the boys playing football?	છોકરાઓ ફૂટબોલ રમી રહેલા?	Chhokarāo futbol rami rahelā?
14. Were you enjoyng yourself in Simla?	તમે સિમલામાં મઝા કરી?	Tame Simlā mān mazā kari?
15. Were you not appy with your collegues?	તમે તમારા સાથીદારો સાથે ખુશ નહોતા?	Tame tamārā sāthidaro sāthe khush nahotā?

(2) DO DOES DID

16. Do we shirk work?	આપણે કામથી કંટાળીએ છીએ?	Apane kām thi kantālie chhiye?
17. Do you smoke?	તમે ધૂમ્રપાન કરો છો?	Tame dumrapān karo chho?
18. Do you always speak the truth?	શું તમે હંમેશા સાચું બોલો છો?	Shun tame hamenshā sāchun bolo chho?
19. Does she like to dress well?	એને સારી વેશભૂષા કરવાનું પસંદ છે?	Ene sāri veshbhushā kạrvānun pasand chhe?
20. Does he play games?	એ રમતો રમે છે?	E ramato rame chhe?
21. Does she like her neighbour?	એને એની પાડોસણ પસંદ છે?	Ene eni pādoshan pasand chhe?
22. Did Anupam eat all the apples?	શું અનુપમ બધા સફરજન ખાઇ ગયો?	Shun Anupam badhā safarjan khāi gayo?
23. Did you build it?	તેં આ બનાવ્યું?	Tein ā banāvayun?
24. Did you ring the bell?	તેં ઘંટી વગાડી?	Tein ghanti vagādi?

[3] HAS HAVE HAD

25. Has he written to father?	એણે પિતાને લખ્યું છે?	Ene pitāne lakhyun chhe?
26. Has her tempera-	એનો તાવ નીચે	Eno tāv niche

ture gone down?	ઊતર્યો છે?	utaryo chhe?
27. Has Anurag missed the train?	અનુરાગની રેલગાડી છૂટી ગઈ?	Anurāgni relgādi chhuti gai?
28. Have you spent all your money?	તેં તારા બધા પૈસા ખર્ચી કાઢ્યા?	Tein tārā badhā paisā kharchi kādhyā?
29. Have you ever driven any car?	તમે ક્યારેય કોઈ ગાડી ચલાવી છે?	Tame kyārey koi gādi chalāvi chhe?
30. Have you found my handkerchief?	તમને મારો હાથરૂમાલ મળ્યો?	Tamane māro hāthrūmal malyo?
31. Had the postman delivered any letter?	ટપાલીએ કોઈ પત્ર આપ્યો હતો?	Tapālie koi patra āpyo hato?
32. Had you finished your work?	તેં તારું કામ પૂરું કર્યું હતું?	Tein tarun kām purun karyun hatun?
33. Had you ever been to Bombay?	તમે ક્યારેય મુંબઈ ગયા હતા?	Tame kyāreya mumbai gayā hatā?

[4] WILL SHALL WOULD SHOULD
ઈશ/શે   ઈશ/શે

34. Will they attend the meeting in time?	એ લોકો સભામાં સમય પર ઉપસ્થિત થશે?	E loko sabhāmān samay par upasthit thashe?
35. Will you meet her at the station?	તમે એને સ્ટેશન પર મળશો?	Tame ene stashan par malsho?
36. Shall I not apologize for my mistake?	શું મારે પોતાની ભૂલ માટે ક્ષમા નહીં માંગવી જોઈએ.	Shun māre potāni bhūl māte kshamā nahin māngavi joiye?
37. Shall we call on her?	આપણે એને મળવા જઈએ?	Apane ene malavā jaiye?

93

38. Would he give me some rupees if I needed?	જો મને જરૂરત પડે તો એમને થોડા પૈસા આપશે?	Jo mane jarurat pade to e mane thodā paisā āpashe?
39. Would you tell me the correct answer i I mistaken?	જો હું ભૂલ કરું તો તમે મને સાચો જવાબ કહેશો?	Jo hun bhūl karun to tame mane sācho javāb kahesho?
40. Should I not disturb you?	હું તમને દખલ ના કરું?	Hun tamane dakhal nā karun?
41. Should we forget noble acts of others?	બીજાના સારા કાર્યોને શું આપણે ભૂલી જવા જોઇએ?	Bijānā sārā kāryone shun apane bhūli javā joie?

[5] CAN COULD MAY

42. Can you solve this riddle?	તું આ નું સમાધાન લાવી શકે?	Tun ā nun samādhān lāvi shake?
43. Can you jump over this fence?	તમે આ જાળી ઉપરથી કૂદી શકશો?	Tame ā jāli uparthi kudi shakasho?
44. Could he come in time?	એ સમય પર આવી શક્યો?	E samay par āvi shakyo?
45. Could we do this job alone?	શું આપણે આ કામ એકલા કરી શક્યા?	Shun āpane ā kām ekalā kari shakya?
46. May I come in, Sir?	હું અંદર આવી શકું છું, શ્રીમાન?	Hun andar āvi shakun chhun shriman?
47. May I accompany you, Madam?	હું તમારી સાથે આવું, શ્રીમતી?	Hun tamāri sāthe āvun shrimati?
48. May I have you attention?	હું તમારું ધ્યાન માંગી શકું?	Hun tamarun dhyān māngi shakun?

28TH STEP
અઠયાવીસમી સીડી

INTERROGATIVE SENTENCES (2)
પ્રશ્નસૂચક વાક્ય (૨)

(1) Interrogative Sentences with

WHAT	WHEN	WHERE	WHY
કયા? શું? કેટલું?	ક્યારે?	ક્યાં?	કેમ?

1. What is your name?	તમારું નામ શું છે?	Tamārun nām shun chhe?
2. What is your age?	તમારી ઉંમર કેટલી છે?	Tamāri ummar ketali chhe?
3. What does this mean?	આનો શું અર્થ છે?	Ano shun arth chhe?
4. What do you want?	તને શું જોઇએ છે?	Tane shun joiye chhe?
5. What did you pay?	તમે શું ચૂકવ્યું?	Tame shun chu-kavyun?
6. What will you take?	તમે શું લેશો?	Tame shun lesho?
7. What o'clock is it?	અત્યારે કેટલા વાગ્યા છે?	Atyare ketalā vāgyā chhe?
8. What colour do you like?	તમને કયો રંગ પસંદ છે?	Tamane kayo rang pasand chhe?
9. What wages do you want?	તૂ શું મજૂરી માંગે છે?	Tu shun majuri mānge chhe?
10. What is your hobby?	તમારી રુચિ શું છે?	Tamari rūchi shun chhe?
11. When do you get up in the	તમે સવારે કેટલા વાગે ઊઠો છો?	Tame savāre ketalā vāge ūtho

morning?		chho?
12. When did you hear this new?	તમે આ સમાચાર ક્યારે સાંભળ્યા ?	Tame a samā-char kyāre sām-bhalya?
13. When shall we return?	આપણે ક્યારે પાછા આવીશું ?	Apane kyare pāchā āvishun?
14. When will you finish your work?	તું તારું કામ ક્યારે પૂરું કરશે ?	Tun tārun kām kyāre pūrun karshe?
15. When did she tell you her story?	એણે પોતાની આપ-વીતી તમને ક્યારે સંભળાવી ?	Ene potāni āpviti tamane kyāre sambhalāvi?
16. When will they meet again?	એ લોકો ફરીથી ક્યારે મળશે ?	E loko farithi kyāre malashe?
17. When was your car stolen?	તમારી ગાડી ક્યારે ચોરાઇ ગઇ ?	Tamari gādi kyā-re chorāi gai?
18. When do you wear your new clothes?	તમે તમારા નવા કપડાં ક્યારે પહેરો છો ?	Tame tamārā navā kapadān kyāre pahero chho?
19. When do we have to leave this station?	આપણે આ સ્ટેશનને ક્યારે છોડવું પડશે ?	Apane a stashan ne kyāre chhoda-vanu padashe?
20. When did you sleep at night?	તમે રાતે ક્યારે સૂઓ છો ?	Tame rāte kyāre sūo chho?
21. Where is your purse?	તમારો બટવો ક્યાં છે ?	Tamāro batvo kyān chhe?
22. Where are you going?	તમે ક્યાં જાઓ છો ?	Tame kyān jāo chho?
23. Where do they live?	એ લોકો ક્યાં રહે છે ?	E loko kyān rahe chhe?
24. Where does this path lead to?	આ રસ્તો ક્યાં જાય છે ?	A rasto kyān jāy che?
25. Where have you come from?	તમે ક્યાંથી આવ્યા છો ?	Tame kyān thi āvyā chho?
26. Where can we	આપણે ચોપડીઓ	Apane chopadio

obtain books?	ક્યાંથી મેળવી શકશું?	kyānthi melavi shakshun?
27. Where was your watch made?	તમારું કાંડાનું ઘડિયાળ ક્યાંથી બનેલું છે?	Tamārun kandā-nun ghadiāl kyān-thi banelun chhe?
28. Where do you buy tea?	તું ચા ક્યાંથી ખરીદે છે?	HTun chā kyān-thi kharide chhe?
29. Where can I get down?	હું ક્યાં ઉતરી જાઉં?	Hun kyān utari jāun?
30. Where shall we go now?	આપણે હવે ક્યાં જઈશું?	Apane have kyān jaishun?
31. Why does he not apply for this post?	એ આ પદવી માટે શા માટે અરજી નથી આપતો?	E ā padavi māte shā māte arji nathi āpato?
32. Why do you not come early?	તમે જલ્દી કેમ નહીં આવ્યા?	Tame jaldi kem nahin āvyā?
33. Why did she abuse me?	એણે મને કેમ ધુતકાર્યો?	Ene mane kem dhutakāryo?
34. Why do you drink so much?	તમે આટલો નશો કેમ કરો છો?	Tame ātalo nasho kem karo chho?
35. Why do you not solve my querries?	તમે મારા પ્રશ્નોનું સમાધાન કેમ નથી કરતા?	Tame mārā pra-shno nun samā-dhān kem nathi kartā?
36. Why are you so sad today?	તમે આજે આટલા દુ:ખી કેમ છો?	Tame āje ātalā dukhi kem chho?
37. Why was your mother angry with you?	તમારા માતાજી તમારી સાથે ગુસ્સે કેમ હતા?	Tamāra mātāji tamāre sāthe gusse kem hatā?
38. Why do some people travel abroad?	કોઈ લોકો વિદેશ યાત્રા કેમ કરે છે?	Koi loko videsh yatrā kem kare chhe?
39. Why was that M.L.A. sent to prison?	એ એમ.એલ.એ.ને જેલ કેમ મોકલ્યા હતા?	E em.el.e. ne jel kem mokalyā hatā?
40. Why do you not	તમે મને સમજવાનો	Tame mane sam-

try to understand me?	પ્રયત્ન કેમ નથી કરતા?	jāvāno praya-tana kem nathi kartā?

[2] WHO   WHOM   WHOSE
કોણે/કોણ   કોને/કોણે/કોણ   કોનું/કોનો/કોની/કોના

41. Who is that fellow?	એ વ્યક્તિ કોણ છે?	E vyakti kon chhe?
42. Who lives in this house?	આ ઘરમાં કોણ રહે છે?	A gharamān kon rahe chhe?
43. Who sang this song?	આ ગીત કોણે ગાયું?	A git kon gāyun?
44. Who repairs the watches?	ઘડિયાળો કોણે રિપેર કરતો?	Ghadiālo kon riper kare chhe?
45. Who controlled the traffic?	યાતાયાતનું નિયંત્રણ કોણ કરતું હતું?	Yātāyātnun niyantran kon kartun hatun?
46. Whom do you want?	તમને કોણ જોઇએ છે?	Tamane kaun joiye chhe?
47. By whom ar you employed?	તમને કોણે નોકરી પર રાખ્યા છે?	Tamane kone nokari par rākhyā chhe?
48. Whom had you promised?	તમે કોને વચન આપેલું?	Tame kone vach-an āpelun?
49. Whose house is that?	એ કોનું ઘર છે?	E konun ghar chhe?
50. In whose employ-ment are our teachers?	આપણા શિક્ષકો કોની નોકરીમાં છે?	Apanā shikshako koni nokarimān chhe?

29TH STEP

ઓગણીસમી સીડી

INTERROGATIVE SENTENCES (3)

પ્રશ્નસૂચક વાક્ય (3)

(1) Interrogative Sentences with
HOW HOW LONG HOW MANY HOW MUCH
કેવું/કેવી રીતે/કેમ ક્યાં સુધી કેટલા/કેટલી કેટલું/કેટલો/કેટલી

1. How do you do?	તમે કેમ છો?	Tame kem chho?
2. How do you fell now?	તમને હવે કેવું લાગે છે?	Tamane have kevun lāge chhe?
3. How do you come to know the truth?	તમને સાચી વાત કેવી રીતે ખબર પડી?	Tamane sāchi vat kevi rite khabar padi?
4. How are you?	તમે કેમ છો?	Tame kem chho?
5. How old are You?	તમે કેટલા વર્ષના છો?	Tame ketalā var-shnā chho?
6. How is it possible?	આ કેવી રીતે શક્ય છે?	A kevi rite shakya chhe?
7. How old is your son?	તમારો છોકરો કેટલા વર્ષનો છે?	Tamāro chhakro ketalā varshno chhe?
8. How do you manage it?	તમે કેવી રીતે એનો પ્રબંધ કર્યો.	Tame kevi rite eno prabandh karyo?
9. How long have you been in India?	તમે ભારતમાં કેટલા સમયથી છો?	Tame bhāratmān ketalā samay thi chho?
10. How long has your mother been sick?	તમારા માતાજી કેટલા સમયથી માંદા છે?	Tamārā mātāji ketālā samay thi māndā chhe?
11. How long di they want the rooms for?	એમને રૂમો ક્યાં સુધી જોઈએ છે?	Emne rūmo kyān sudhi joiye chhe?
12. How long is post post-office from	ડાકઘર તમારા ઘરથી કેટલું દૂર છે?	Dākghar tamārā gharthi ketalun

your residence?		dūr chhe?
13. How long is this room?	આ રૂમ કેટલો લાંબો છે?	A rūm ketalo lāmbo chhe?
14. How long is the capital from here?	અહીંથી રાજધાની કેટલી દૂર છે?	Ahinthi rājdhāni ketali dūr chhe?
15. How many family members have you?	તમારા કુટુંબમાં કેટલા માણસો છે?	Tamārā kutumba mān ketalā mānaso chhe?
16. How many brothers and sisters are you?	તમે કેટલા ભાઇ-બહેનો છો?	Tame ketalā bhāi-bheno chho?
17. How many seats are there in the bus?	આ બસમાં કેટલી સીટો છે?	A basmān ketali sito chhe?
18. How much money is to be paid?	કેટલા પૈસા આપવાના છે?	Ketalā paisā āpvanā chhe?
19. How much do you charge per head?	પ્રતિ વ્યક્તિ તમે કેટલો ભાવ માંગો છો?	Prati vyakti tame ketalo bhāv mango chho?
20. How much milk is required?	કેટલું દૂધ જરૂરી છે?	Ketalun dudh jarūri chhe?

[4] WHICH

કઇ? કયો? કયા? કયું?

21. Which is your umbrella?	તારા છત્રી કઇ છે?	Tāri chhatri kai chhe?
22. Which picture will you see on Sunday?	તું રવિવારે કઇ ફિલ્મ જોઇશ.	Tun ravivāre kai film joishe?
23. Which is the right way?	કયો રસ્તો બરાબર છે?	Kayo rasto barābar chhe?
24. Which is the booking office?	ટિકિટઘર કયું છે?	Tikitghar kayun chhe?
25. Which is your favourite book?	તમારી મનપસંદ ચોપડી કઇ છે?	Tamāri manpasand chopadi kai chhe?
26. From which platform the frontier mail arrive?	કયા પ્લેટફોર્મ પર ફ્રંટિયરમેલ આવે છે?	Kayā platform par frontiar mail ave chhe?

30TH STEP
ત્રીસમી સીડી

NEGATIVE SENTENCES
નિષેધસૂચક વાક્ય

(1) Interrogative Sentences with
NOT NO-NOT NO NEVR NTHING SELDON
નથી નહીં/નથી નહીં ક્યારેય નહીં કાંઇ નથી/ કશું નથી ક્યારેક જ

1. My father is not feeling well.	મારા પિતાજીની તબિયત સારી નથી.	Mārā pitājini tabiyat sāri nathi
2. We are not fool.	અમે મૂર્ખ નથી.	Ame murkha nathi.
3. I don't know what you say.	હું જાણતો નથી કે તમે શું કહો છો.	Hun jānato nathi ke tame shun kaho chho.
4. I don't know who she is.	હું જાણતો નથી કે એ કોણ છે.	Hun jānto nathi ke e kon chhe.
5. No, I don't understand.	નહીં, મને સમજાતું નથી.	Nahin, mane samjātun nathi.
6. I know nothing about it.	મને આ બાબત કશું જ ખબર નથી.	Mane a bābat kashun ja khabar nathi.
7. Nothing a particular.	કાંઇ ખાસ વાત નથી.	Kain khās vāt nathi.
8. I did not want anything.	મારે કાંઇ જ જોઇતું નહોતું.	Māre kāinja joitun nahotun.
9. No sir, the boss has not come yet.	નહીં શ્રીમાન, સાહેબ હજુ આવ્યા નથી.	Nahin shrimān, sāheb haju āvyā nathi.
10. No thorough fare.	આમ રસ્તો નથી.	Am rasto nathi.
11. No, I have headache.	નહીં, મારું માથું દુઃખે છે.	Nahin mārun māthu dukhe chhe.

12. No, not at all. She is not trust-worthy.	નહીં, જરા પણ નહીં એ વિશ્વાસપાત્ર નથી.	Nahin, jarā pan nahin e viswās-pātra nathi.
13. Barking dogs sel-dom bite.	ભસતા કૂતરાઓ ક્યારેક જ કરડે છે.	Bhastā kutarāo kyārek ja karade chhe.
14. One has never seen such as absurd man.	કોઇએ આવો વિચિત્ર માણસ જોયો જ નથી.	Koiye āvo vichi-tra mānas joyio ja nathi.
15. Do not touch it.	આને હાથ નહીં લગાવો.	Ane hāth nahin lagāvo.

[2] Negativ Sentences with Interrogation
પ્રશ્નસહિત નિષેધસૂચકવા

16. I can jump. Can't I?	હું કૂદી શકું છું. કેમ નહીં?	Hun kudi shak-un chhun, kem nahin?
17. We shall return in time. Shan't we?	આપણે સમય પર પાછા આવીશું. કેમ નહીં?	Apane samaya par pāchā āvish-un. Kem nahin?
18. They will surely come. Won't they?	એ લોકો જરૂર આવશે. કેમ નહીં?	E loko jarur āva-she. kem nahin?
19. They ar fool. Aren't they?	એ લોકો મૂર્ખ છે. કેમ નહીં?	E loko murkha chhe. Kem nahin?
20. You must not abuse others Should you?	તમારે બીજાને ગાળો આપવી ના જોઇએ. આપવી જોઇએ?	Tamare bijāne gālo āpavi na joiye? Apavi joiye?
21. You must not smoke. Must you?	તમારે ધૂમ્રપાન નહીં કરવું જોઇએ?	Tamare dhumrā-pān nahin kara-vaun joiye.
22. There is enough milk. Isn't it?	દૂધ પૂરતું છે. કેમ નહીં?	Dūdh purtun chhe. kem nahin?
23. Can't you find	તૂં તારો હાથરૂમાલ	Tūn taro hāth-

your handker-chief?	શોધી નથી શકતો?	rūmal shodhi nathi shakto?
24. Could'nt he have done better?	એ આનાથી વધારે સારું નહીં કરી શકતો હતો?	E ānāthi vadhāre sārun nahin kari shakato hato?
25. Won't you be able to come and see us?	તમે અમને જોવા આવી નહીં શકો?	Tame amane jovā āvi nahin shako?
26. Aren't you going to walk now?	તમે હમણાં ચાલવા નથી જતા?	Tame hamanān chālwa nathi jatā?
27. Must not I tell you again?	મારે શું તમને બીજી વાર કહેવું નહીં પડે?	Māre shun tamane biji vār kahevun pade?
28. Don't I have to close the shop?	શું મારે દુકાન બંધ નહીં કરવી પડે?	Shun māre dukan bandh nahin karvi pade?

31TH STEP
એકત્રીસમી સીડી

AT HOME
ઘરમાં

1. You visit after a long time.	તમે ઘણા સમય પછી મળવા આવ્યા.	Tame ghanā samaya pachi malavā āvyā.
2. What brings you here?	તમે અહીં શા માટે આવ્યા છો?	Tame ahin shā māte āvyā chho?
3. What brings you here?	તમે અહીંયા આવવાનું કષ્ટ કેમ કર્યું?	Tame ahinyā āvavānun kashta kem karyun?
4. I seek your advise.	હું તમારી સલાહ માંગું છું.	Hun tamari salāh māngu chhun.
5. What is your opinion in this matter?	આ વિષયમાં તમારો શો અભિપ્રાય છે?	A vishay mān tamāro sho abhiprāya chhe?
6. I have come for some important matter.	હું કોઇ મહત્વના કામ માટે આવ્યો છું.	Hun koi mahatva nā kām māte āvyo chhun.
7. She had some work with you.	એને તમારી સાથે કશું કામ હતું.	Ene tamāri sāthe kashun kām hatun.
8. Come some other time.	કોઇ બીજા સમયે આવજો.	Koi bijā samaye āvajo.
9. Both of you may come.	તમે બંને આવજો.	Tame banne āvajo.
10. Promise that you shall come.	વચન આપો કે તમે જરૂર આવશો.	Vachan āpo ke tame jarūr āvasho.
11. I don't remember your name.	મને તમારું નામ યાદ નથી.	Mane tamārun nām yād nathi.
12. You are beyond recognition.	તું તો ઓળખાતો જ નથી.	Tun to olakhāto ja nathi.
13. I woke up early this morning.	હું આજે સવારે બહુ જલ્દી ઊઠેલો.	Hun āje savāre bahu jaldi uthelo.
14. I did not think it proper to wake	મને તને ઊઠાડવાનું ઉચિત નહીં લાગ્યું.	Mane tane uthād-vāṇun uchit nahin

104

you up.		lāgyun.
15. Are you still awake?	તમે હજુ પણ જાગો છો?	Tame haju pan jāgo chho?
16. I shall rest for a while.	હું થોડી વાર વિશ્રામ કરીશ.	Hun thodi vār vishrām karish.
17. Let them rest.	એમને આરામ કરવા દો.	Emane ārām karavā do.
18. I shall come some other time.	હું બીજા કોઇ સમયે આવીશ.	Hun bijā koi samaye āvish.
19. I am feeling sleepy.	મને બહુ ઊંઘ આવે છે.	Mane bahu ungha āve chhe.
20. Go and take rest.	જાઓ અને આરામ કરો.	Jao ane ārām karo.
21. I have got a sound sleep.	મને ગાઢી ઊંઘ આવી.	Mane gahdhi ungha āvi.
22. Please inform me of her arrival.	એની આવવાની ખબર મને આપવા વિનંતી છે.	Eni āvavāni kha-bar mane āpavā vinanti chhe.
23. He left long before.	એ બહુ પહેલા ચાલી ગયો.	E bahu pahela chāli gayo.
24. Why did you not go?	તમે કેમ નહીં ગયા?	Tame kem nahin gayā?
25. I could not go because of some urgent work.	કોઇ અગત્યના કામસર હું જઇ નહીં શક્યો.	Koi agatyanā kāmsar hun jai nahin shakyo.
26. Why did you not come day before yesterday?	તમે પરમ દિવસે કેમ નહોતા આવ્યા?	Tame param divase kem nahotā āvya?
27. There was an urgent piece of work.	બહુ મહત્વનું કામ આવી પડેલું.	Bahu mahatva nun kām āvi padelun.
28. I have been out since morning.	હું સવારથી ઘરની બહાર નીકળેલો છું.	Hun savārathi gharni bhār nikalelo chhun.
29. They must be waiting for me at home.	એ લોકો મારી ઘરે રાહ જોતા હશે.	E loko māri ghare rāh jotā hashe.
30. I cannot stay any longer now.	હું હવે વધારે સમયે રોકાઇ નહીં શકું.	Hun have vadhā-re samaya rokāi nahin shakun.
31. Good bye, see you again.	આવજો, ફરીથી મળીશું.	Avajo, farithi malishun.

32TH STEP
બત્રીસમી સીડી

SHOPPING
ખરીદદારી

1. Where is Central Market?	સેંટ્રલ માર્કેટ ક્યાં છે?	Central mārket kyān chhe?
2. I am going there, follow me.	હું ત્યાં જઇ રહ્યો છું, મારી સાથે ચલો.	Hun tyān jai raḥyo chhun, māri sāthe chalo.
3. I want to purchase some clothes.	મારે થોડાં કપડાં ખરીદવા છે.	Mare thodā kapadān kharidava chhe.
4. Which is the cheapest and best shop?	સૌથી વધારે સસ્તી અને સારી દુકાન કઇ છે?	Sauthi vadhāre sāri dukān kai chhe?
5. How much money have you?	તમારી પાસે કેટલા પૈસા છે?	Tamāri pāse ketalā paisā chhe?
6. Don't spend more than your income.	તમારી આવકથી વધારે ખર્ચો નહીં કરો.	Tamāri āvak thi vadhāre kharcho nahin karo.
7. Is the price fixed?	આનો એકભાવ છે?	Ani ek bhāv chhe?
8. State your minimum piece.	તમારી ઓછામાં ઓછી કિંમત બતાવો.	Tamāri occhā mān occhi kimmat batāvo.
9. Will you give it for seventy rupees?	આ માટે તમે સિત્તેર રૂપિયામાં આપશો?	A mate tame sitter rupiyāmān āpasho?
10. Count the money.	પૈસા ગણી લો.	Paisā gani lo.
11. Give me the balance.	બાકીના પૈસા મને પાછા આપો.	Bakinā paisā mane pāchhā āpo.
12. Do you sell socks?	તમે મોજા વેચો છો?	Tame mojā vecho chho?

13. Buy this one.	આ ખરીદો.	A khario.
14. Show me another variety.	મને બીજી કોઈ જાત બતાવો.	Mane biji koi jāt batāvo.
15. I do not want this.	મને આ નહીં જોઈએ.	Mane ā nahin joiye.
16. Not a costly.	આટલું બધું મોંઘું નહીં.	Atalun badhun monghun nahin.
17. I do not want this colour.	મને આ રંગ નહીં જોઈએ.	Mane ā rang nahin joiye.
18. It is faded.	આનો રંગ ઉપટી ગયો છે.	Ano rang upati gayo chhe.
19. This is good.	આ સારું છે.	A sārun chhe.
20. It is very dear.	આ બહુ જ મોંઘું છે.	A bahuja monghun chhe.
21. Quite cheap.	બહુ જ સસ્તું.	Bahuja sastun.
22. Will it shrink?	આ ચઢી જશે?	A chadhi jashe?
23. Can you recommend a good shop for shoes?	તમે બૂટ-ચંપલની સારી દુકાન બતાવી શકો?	Tame buta-champalni sāri dukān batāvi shako?
24. Bata shoes are quite reliable.	બાટાના બૂટ ભરોસાલાયક છે.	Bātānā būta bharosālāyak chhe.
25. May we get it for you?	તમારા માટે અમે એ લઈ આવીએ?	Tamārā mate ame e lai avie?
26. Is the shop for away?	એની દુકાન દૂર છે?	Eni dukān dūr chhe?
27. How much for a pair?	એક જોડીની શું કિંમત છે?	Ek jodini shun kimmat chhe?
28. Where is my bill?	મારું બિલ ક્યાં છે?	Marun bill kyān chhe?
29. Which is the payment counter?	પૈસા જમા કરવાનું કાઉંટર ક્યાં છે?	Paisa jamā karvānun kāuntar kyān chhe?
30. Please give me the maximum discount.	કૃપયા મને અધિકતમ છૂટ આપો.	Kripayā mane adhiktam chūt āpo.
31. The error or omission will be adjusted.	ભૂલચૂક સુધારી લેવાશે.	Bhūlchūk sudhāri levāshe.

33RD STEP
તેંત્રીસમી સીડી

CRAFTSMEN
કારીગરો

(1) Cobbler મોચી

1. Have you ment my shoes?	મારા બૂટની મરમ્મત કરી દીધી?	Mārā būtani marammat kari didhi?
2. I want to get resoled these shoes.	મારે આ બૂટમાં નવું સોલ નંખાવવું છે.	Māre ā būta mān navun sol nankh-avanun chhe?
3. What would you charge for resoling?	નવા સોલ નાંખવાની તું શું કિંમત લેશે?	Navā sol nānkha-vāni tun shun kimmat leshe?
4. Don't use nails, stitch it.	ખીલી નહીં લગાવતા, સિલાઇ કરજો.	Khili nahin lagā-vatā, silāi karajo.
5. I need white laces.	મને સફેદ દોરીઓ જોઇએ છે.	Mane safed dorio joiye chhe.

(2) Watch-maker ઘડિયાળ રિપેર કરનાર

6. What is wrong with your watch?	તમારી ઘડિયાળમાં શું ખામી છે?	Tamāri ghadiāl mān shun khāmi chhe?
7. This watch gains eight minutes a day?	આ ઘડિયાળ આઠ મિનિટ આગળ ચાલે છે.	A ghadiāl āth minit āgaḷ chale chhe.
8. That watch loses six minutes in 24 hours.	એ ઘડિયાળ ચોવીસ કલાક છ મિનિટ પાછળ ચાલે છે.	E ghadiāl chovis kalāk mān chha minit pāchhaḷ chale chhe.
9. Did you drop this watch?	આ ઘડિયાળ તમારાથી પડી ગયેલું?	A ghadiāl tamā-rā thi padi gaye-gayelun?

10. The balance of his watch is broken.	આ ઘડિયાળની સોય તૂટી ગઇ છે.	A ghadiāl ni soy tuti gai chhe.

(3) Tailor દરજી

11. Is there any good tailor's shop?	અહીંયા કોઇ સારા દરજીની દુકાન છે?	Ahinyā koi sārā darjini dukān chhe?
12. I want to have suit stitched.	મારે એક સૂટ શીવડાવવો છે.	Māre ek sūt shi-vadāvavo chhe.
13. Would you like loose-fitting.	તમને શું ઢીલું ફિટિંગ પસંદ છે?	Tamane shun dhilun fiting pasand chhe?
14. No, I would like tight-fitting.	ના, મને ટાઇ ફિટિંગ જોઇએ છે.	Nā, mane tait fiting joiye chhe.
15. Is the shirt ready?	મારું ખમીસ તૈયાર છે?	Mārun khamis taiyār chhe?
16. Yes, I have only to iron it.	હા, મારે ફક્ત ઇસ્ત્રી કરવાની બાકી છે.	Hā, māre fakta istri karvāni bāki che.

(4) Hair-dresser હજામ

17. How long do I have to wait?	મારે કેટલો સમય પ્રતીક્ષા કરવી પડશે?	Māre ketalo samay pratikshā karvi padashe?
18. What do you charge for a clean shave?	પૂરી સાફ દાઢી બનાવવાનું તમે શું લો છો?	Puri sāf dāḍhi banāvvanun tame shun lo chho?
19. Please sharpen the razor.	કૃપા, અસ્ત્રાની ધાર કાઢી લો.	Kripayā, astrāni dhār kādhi lo.
20. Your razor is blunt.	તમારા અસ્ત્રાની ધાર બૂઠી છે.	Tamārā astrāni dhār būthi chhe.
21. Cut my hair, but not too short.	મારા વાળ કાપો, પરંતુ બહુ નાના નહીં.	Mārā vāl kāpo, parantu bahu nānā nahin.

(5) Grocer મોદી

22. This is fair price shop.	આ ઉચિત દરની દુકાન છે.	A uchit darni dukān chhe.
23. 'Fixed price' and 'No credit'–these are our motos.	'એક જ ભાવ' અને 'ઉધાર નહીં' એ અમારા નિયમ છે.	`Ekaj bhāv' ane 'udhār nahin' e amārā niyam chhe.
24. We arrange home delivery.	અમે ઘરે સામાન પહોંચાડીએ છીએ.	Ame ghare sā-mān pahonchā-die chhie.
25. Please give me one kg. pure Desi Ghee.	કૃપયા મને ૧ કિલો દેશી ઘી આપો.	Kripayā, mane ek kilo deshi ghi apo.
26. How much is the bill?	બિલ શું થયું?	Bill shun thayun?

(6) Dry Cleaner/Washermen ડ્રાયક્લીનર/ધોબી

27. I must have these clothes within a week.	મને આ કપડાં એક અઠવાડિયામાં જોઈએ જ.	Mane a kapadān ek athavadiā mān joiye ja.
28. I want this suit dry-cleaned.	મારે આ સૂટ ડ્રાયક્લીન કરાવવો છે.	Mare ā sūt dry-clin karāvavo chhe.
29. This shirt is not properly washed.	આ ખમીસ બરાબર ધોવાયેલું નથી.	A khamis barābar dhovāyelun nathi.
30. These are silken clothes. Wash them carefully.	આ રેશમી કપડાં છે. એને ધ્યાનથી ધોજો.	A reshami kapa-dān chhe. Ene dhyān thi dhojo.
31. The trousers are badly ironed.	પાટલૂનો બરાબર અસ્ત્રી થયા નથી.	Pātluno barābar astri thayā nathi.
32. You must take them back.	તું આને પાછા લઈ જા.	Tun āne pāchā lai jā.
33. Your charges are too much.	તારા ભાવ બહુ વધારે છે.	Tārā bhāv bahu vadhāre chhe.
34. Of course, we have a prompt service.	બિલકુલ, અમે સમય પર કામ કરી આપીએ છીએ.	Bilkul, ame sam-aya par kām kari apie chhiye.

34TH STEP
ચોંત્રીસમી સીડી

FOODS & DRINKS
ખાદ્યસામગ્રી અને પીણાં

1. I am feeling hungry.	મને ભૂખ લાગી છે.	Mane bhūkh lāgi chhe.
2. Come, let us take our food.	મને સારું ભોજન ક્યાંથી મળી શકશે?	mane sarun bhojan kyān mali shakashe?
3. Come, let us take our food.	આવો, આપણે ખાઈએ.	Ao, āpane khaiye.
4. What will you have?	તમે શું લેશો?	Tame shun lesho?
5. Please give me the menu.	કૃપયા, મને મેનૂ આપો.	kripayā, mane menu apo.
6. Get the breakfast ready.	નાસ્તો તૈયાર કરો.	Nāsto taiyar karo.
7. Please have your food with us today.	કૃપયા, આજે તમે ભોજન અમારી સાથે કરો.	Kripayā, āje tame bhojan amāri sathe karo.
8. Do you have a special diet?	તમારો કોઈ વિશેષ આહાર છે?	Tamāro koi vishesh āhār chhe?
9. Do you prefer sweet or salty dish?	તમને ગળી વાનગી પસંદ છે કે મીઠાવાળી?	Tamane gali vānagi pasand chhe ke mithavali?
10. Please give me Gujarati dishes.	કૃપયા મને ગુજરાતી વાનગીઓ આપજો.	Kripayā mane Gujarāti vānagio āpajo.
11. Please give me salt and pepper.	કૃપયા મને મરી અને મીઠું આપો.	Kripaya mane mari ane mithun āpo.
12. The mango is my	કેરી મારું પ્રિય ફળ છે.	Keri marun priya

favourite fruit.		fal chhe.
13. What would you like to prefer–Indian or Continental food?	તમે શું પસંદ કરશો–દેશી કે વિદેશી ભોજન?	Tame shun pasand karasho–deshi ke videshi bhojan?
14. Which drink would you like to have–Campa or Limca?	તમે કયું પીણું પસંદ કરશો–કેંપા કે લિમ્કા?	Tame kayun pinun pasand karasho–kempā ke limkā?
15. Please give me · a cup of coffee.	કૃપયા મને એક કપ કૉફી આપો.	Kripayā, mane ek kap kofi āpo.
16. Would you like to have whisky?	તમે વ્હિસ્કી લેવાનું પસંદ કરશો?	Tame whiski levānun pasand karasho?
17. No sir, I will drink beer.	નહીં શ્રીમાન, હું બીયર પીશ.	Nahin shrimān, hun biyar pish.
18. Pleasse give me a little more water.	કૃપયા, મને થોડું પાણી વધારે આપો.	Kripayā, mane thodun pāni vadhāre āpo.
19. I am vegetarian, I can not take non-vegetarian dish.	હું શાકાહારી છું–હું માંસાહારી આહાર નહીં ખાઇ શકું.	Hun shākāhāri chhun–hun mānsāhāri āhār nahin khāi sakun.
20. Food has been served.	ખાવાનું પીરસી દીધું છે.	Khāvānun pirsi didhun chhe.
21. The food is quite tasty.	ખાવાનું બહુ સ્વાદિષ્ટ બન્યું છે.	Khāvāvanu bahu svādishta banyun chhe.
22. You have eaten very little.	તમે બહુ જ થોડું ખાધું છે.	Tame bahu ja thodu khādhun chhe.
23. Plese give me some appetizer.	કૃપયા મને કોઇ એપેટાઇઝર પીણું આપો.	Kripayā mane koi appetizer pinun āpo.
24. I have to go to a party.	મારે એક પાર્ટીમાં જવાનું છે.	Māre ek pārtiman javānun chhe.

25.	Please bring some milk for me.	કૃપયા મારા માટે થોડું દૂધ લાવો.	Kripayā, mārā māte thodun dūdh lāvo.
26.	Please put only a little sugr in the milk.	કૃપયા, દૂધમાં બહુ જ થોડી સાકર નાંખો.	Kripayā dūdhmān bahu ja thodi sākar nānkho.
27.	Please have this soft drink.	કૃપયા, આ શરબત પીઓ.	Kripayā, ā sharbat pio.
28.	Have a little more.	થોડું વધારે લેશો.	Thodun vadhāre lesho.
29.	Bring a cup of tea.	એક કપ ચાહ લાવજો.	Ek kap chah lāvajo.
30.	I dont like tea.	મને ચાહ પસંદ નથી.	Mane chāh pasand nathi.
31.	Thanks, I am fully gratified.	આભાર, હું બહુ જ તૃપ્ત થયો છું.	Abhār, hun bahu ja trupt thayo chhun.
32.	Please give me the bill.	કૃપયા, મને બિલ આપો.	Kripayā, mane bill āpo.
33.	Is the service charges included?	આમાં સેવાદર લગાવેલો છે?	Amān sevādar lagāvelo chhe?
34.	No sir, that is extra?	નહીં શ્રીમાન, એ વધારે થશે.	Nahin shrimān, e vadhāre thashe
35.	Please help me to wash my hands.	કૃપયા મને હાથ ધોવડાવવામાં મદદ કરશો.	Kripayā, mane hāth dhovadāvavāmān madad karsho.

35TH STEP

પાંત્રીસમી સીડી

HOTEL AND RESTAURANT

હોટેલ અને રેસ્ટોરાં

1. Which is the best hotel in this city?	આ શહેરમાં બધાથી સારી કઇ હોટેલ છે?	A shaher mān badhāthi sāri kai hotel chhe?
2. I need a single bed room with attach bath.	મને એક બેડરૂમ બાથરૂમ સાથે જોઇએ છે.	Mane ek bedrum bāthrum sāthe joie chhe.
3. Will this room suit you?	આ રૂમ તમને પસંદ છે?	A rūm tamane pasand chhe?
4. How much does this room cost per day?	આ રૂમનું એક દિવસનું શું ભાડુ છે?	A rūmnun ek divasnun shun bhādu chhe?
5. I shall stay for two weeks.	હું બે અઠવાડિયા રહીશ.	Hun be athavā-diyā rahish.
6. The charges for the room is thirty rupees per day.	આ રૂમનું એક દિવસનું ભાડુ ત્રીસ રૂપિયા છે.	A rūmman ek divasnun bhādu tris rupiyā chhe.
7. Can I have a hot water bath?	શું હું ગરમ પાણીથી ન્હાઇ શકું છું?	Shun hun garam pānithi nhāi shakun chhun?
8. Send the room boy to me.	નોકરને મારા રૂમમાં મોકલો.	Nokarne mārā rūmmān mokalo.
9. Is there any letter for me?	મારા માટે કોઇ પત્ર છે?	Mārā māte koi patra chhe?
10. I want another blanket.	મને બીજો ધાબળો જોઇએ છે.	Mane bijo dhablo joie chhe.
11. Change the sheets.	ચાદરો બદલો.	Chādaro badalo.
12. I want one more	મને એક તકિયો વધારે	Mane ek takio

114

pillow.	જોઈએ છે.	vadhāre joie chhe
13. Is there any phone for me?	મારા માટે કોઈ ફોન આવ્યો છે?	Mārā mate koi phon āvyo chhe?
14. Please have the room swept.	કૃપયા, રૂમની સફાઈ કરાવી દેજો.	Kripayā, rūmni safāi karāvi dejo.
15. Please bring some postage stamps from the post-office.	કૃપયા, થોડી ડાક-ટિકિટો ડાકઘરથી લાવી આપશો.	Kripayā, thodi dāk tikito dāk-gharthi lāvi āpasho.
16. Fetch some fruits for me.	મારા માટે થોડા ફળ લાવશો.	Mārā māte thodā phal lāvasho.
17. Please give me lunch at 1 P.M. and dinner at 9 P.M.	કૃપયા, મને બપોરનું ભોજન એક વાગે અને રાતનું ભોજન નવ વાગે આપજો.	Kripayā, mane baporanun bhojan ek vāge ane rāt nun bhojan nav vāge āpajo.
18. Wat are the charges for lunch and dinner?	બપોરના અને રાતના ભોજનના શું પૈસા થશે?	Bapornā ane ratnā bhojananā shun paisā thashe?
19. We charge seven rupees for each diet.	અમે પ્રતિભોજનના સાત રૂપિયા લઈએ છીએ.	Ame pratibhojan sat rupiā laie chie
20. Have you a swimming pool?	તમારે ત્યાં તરવા માટે સ્વિંમિગ પૂલ છે?	Tamāre tyan tarvā māte swimming pul chhe?
21. Is ther an extra charge for swimming?	તરવા માટે વધારે પૈસા આપવાના છે?	Tarvā māte vadhāre paisā āpavānā chhe?
22. Is the hotel open for twenty four hours?	આ હોટેલ ચોવીસ કલાક ખુલી છે?	A holel chovis kalāk khuli chhe?
23. I shall leave early tomorrow.	હું કાલે જલ્દી નીકળીશ.	Hun kāle jaldi nikalish.
24. Bring the bill.	બિલ લાવજો.	Bill lāvajo.
25. There is a mistake	આ બિલમાં ભૂલ છે.	A bil mān bhūl

in the bill.		che.
26. I never ordered the wine.	મેં વાઇન મંગાવ્યો જ નહોતો.	Main wain mangāvyo ja nahota.
27. You have included wine in the bill wrongly.	તમે બિલમાં વાઇનના ખોટી રીતે પૈસા લગાવ્યા છે.	Tame bilman wāinnā khoti rite paisa lagavya chhe.
28. Call the porter.	મજૂરને બોલાવો.	Majurne bolāvo.
29. Do you accept cheques?	તમે ચેક લો છો?	Tame chek lo chho?
30. No, we accept only cash.	નહીં, અમે ફક્ત નગદ લઈએ છીએ.	Nahin, ame phakta nagad laie chhie.
31. Please get me a taxi.	કૃપયા, મારા માટે ટૅક્સી મંગાવો.	Kripayā, mārā māte taxi mangāvo.
32. Pleae ring to the airport to know the timing of Delhi flight.	કૃપયા, એરપોર્ટ ફોન કરી દિલ્હી જવાના પ્લેનનો સમય પૂછજો.	Kripayā, airport phon kari Dilhi jawānā plenno samay puchajo.
33. I shall come again next month.	હું આવતા મહિને ફરીથી આવીશ.	Hun avatā mahine pharithi āvish.
34. Thanks for the best services provided by you.	બહુ જ સારી સેવાઓ આપવા માટે તમારો આભાર.	Bahuj sāri sevāo āpavā māte tamāro ābhār.
35. You are welcome, sir.	તમારું સ્વાગત છે, શ્રીમાન.	Tamārun swāgat chhe, shrimān.

36TH STEP
છત્રીસમી સીડી

POST OFFICE/TELEPHONE/BANK
ડાકઘર/ટેલીફોન/બેંક

Post Office ડાકઘર

1.	Where can I find a post-office?	ડાકઘર ક્યાં છે?	Dākghar kyān chhe?
2.	Please weigh this parcel.	કૃપયા, આ પાર્સલને તોળો.	Kripayā, a pār-celne tolo.
3.	I want to send some money by the money-order.	મારે થોડા પૈસા મની-ઑર્ડરથી મોકલવા છે.	Māre thodā paisā maniorder thi mokalvā chhe.
4.	I want to deposit Rs. two hundred only.	મારે ફક્ત બસો રૂપિયા જમા કરાવવા છે.	Māre phakta baso rupiā jamā karāvavā chhe.
5.	I want to draw out Rs. three thousand only.	મારે ફક્ત ત્રણસો રૂપિયા ઉપાડવા છે.	Māre phakta tranaso rupiā upādvā chhe.
6.	Please give me an Indian Letter.	કૃપયા, મને એક આંતરદેશીય પત્ર આપો.	Kripayā, mane ek āntardeshiya patra āpo.
7.	How much is for an envelope?	એક પરબીડિયાની શું કિંમત છે?	Ek parbidiyāni shun kimmat chhe?
8.	I want to sent it by the registered post.	મારે આને રજિસ્ટર્ડ ડાક દ્વારા મોકલવું છે.	Mare āne ragis-tard dāk dwārā mokalvānu chhe.
9.	How much should I ive for a post card?	એક પોસ્ટકાર્ડના મારે શું પૈસા આપવાના છે?	Ek postcārdnā shun paisā āpvā-nā chhe?
10.	Pleae give me one rupee postal stamp.	કૃપયા મને એક રૂપિયાવાળા ટિકિટ આપો.	Kripayā, mane ek rupiyāvāli tikit āpo.

11. I want to sent a telegram.	મારે એક તાર મોકલવો છે.	Māre ek tār mokalvo chhe.
12. I want to send some money telegraphically.	મારે તારથી પૈસા મોકલવા છે.	Māre tār thi paisā mokalvā chhe.
13. Please give me an aerogram for France.	કૃપયા મને એક આંતરવિદેશીય પત્ર ફ્રાંસ માટે આપશો.	Kripayā, mane ek āntarvideshiya patra Frāns māte āpsho.
14. Plese give me the telephone directory.	કૃપયા મને ટેલીફોન ડિરેક્ટરી આપશો.	Kripayā, mane teliphon directory āpasho.

Telephone ટેલીફોન (દૂરભાષ)

15. Where can I ring up?	હું ટેલીફોન ક્યાંથી કરી શકું છું?	Hun teliphon kyānthi kari shakun chhun?
16. This telephone is out of order.	આ ટેલીફોન ખરાબ છે.	A teliphon kharāb chhe.
17. I want to book a trunk call for Bhubaneswar.	મારે ભુવનેશ્વર ટ્રંકકોલ કરવો છે.	Māre Bhuvaneshvar trunkol karvo chhe.
18. Hellow, this is Abha here.	હલ્લો, હું આભા બોલું છું.	Hallo, hun Abhā bolun chhun.
19. May I talk to Minakshi?	મારી મીનાક્ષી સાથે વાત કરાવશો?	Māri Minākshi sāthe vāt karāvasho?
20. Hellow, Minakshi speaking.	હલ્લો, મીનાક્ષી બોલું છું.	Hallo, Minākshi Hbolun chhun.
21. Please ring me at 8 o'clock.	કૃપયા મને ૮ વાગે ફોન કરજો.	Kripayā mane āth vāge phon karjo.

Bank બેંક

22. Where is the Indian Overseas Bank?	ઈંડિયન ઓવરસીઝ બેંક ક્યાં છે?	Indiyan Oversiz Baink kyān chhe?
23. Can I see the	હું મેનેજરને મળી શકું	Hun manager ne

118

manager?	છું?	mali shakun chhun?
24. I want to open a saving bank account.	હું એક બચત ખાતું ખોલવા માંગું છું.	Hun ek bachat khātun kholvā māngun chhun.
25. Please open a current account in the name of my firm.	કૃપયા, મારી કંપનીના નામનું એક ચાલુ ખાતું ખોલો.	Kripayā, māri kampaninā nām-nun ek chalu khā-tun kholo.
26. I want to deposit money.	મારે પૈસા જમા કરવા છે.	Māre paisā jamā karvā chhe.
27. I want to draw out money.	હું પૈસા ઉપાડવા માંગું છું.	Hun paisā upād-vā māngun chhun.
28. Please give me a loose cheque.	કૃપયા મને એક કોરો ચેક આપશો.	Kripayā mane ek koro chek āpasho
29. Please issue me a cheque book con-taining ten cheques.	કૃપયા દસ ચેકવાળી એક કોરી ચેકબુક મને આપશો.	Kripayā das chekvali ek kori chekbuk mane apsho.
30. Please tell me the balance of my account.	કૃપયા મને મારા ખાતાની જમા રાશિ બતાવો.	Kripayā mane mārā khātāni jāmā rāshi batāvo
31. Please complete my pass book.	કૃપયા મારી પાસ બુક પૂરી કરી આપો.	Kripayā māri pās buk pūri kari āpo.
32. I want some loan for buying a colour television.	મને એક રંગીન ટેલીવિઝન ખરીદવા કરજ જોઈએ છે.	Mane ek rangin televizan kharid-vā karaj joie chhe
33. I want to meet the agent.	હું એજંટને મળવા માંગું છું.	Hun agentne malavā māngun chhun.
34. Is there any of my cheque dishonoured?	શું મારો કોઈ ચેક પાછો ગયો છે?	Shun māro koi chek pāchho gayo chhe?
35. Servce of this bank is very good.	આ બેંકની સેવી બહુ જ સારી છે.	A bank ni sevā bahu ja sāri chhe.

37TH STEP
સાડત્રીસમી સીડી

WHILE TRAVELLING
સફર/યાત્રા કરતા સમયે

1. I am going out for a ride.	હું ઘોડા પર સવારી કરવા જાઉં છું.	Hun ghodā par savāri karvā jāun chhun.
2. Where is the stable?	અસ્તબલ ક્યાં છે?	Astabal kyān chhe?
3. I want to dismount for a while.	મારે થોડી વાર માટે નીચે ઉતરવું છે.	Mare thodi vār māte niche utar-vun chhe.
4. Don't whip him.	એને ચાબુક નહીં મારો.	Ene chābuk nahin māro.
5. Give him some grass.	એને થોડું ઘાસ આપો.	Ene thodun ghās āpo.
6. Take off the spurs.	એના ખીલા કાઢી લો.	Enā khilā kādhi lo.
7. I wish to go by car.	હું મોટરગાડીમાં જવા માંગું છું.	Hun motargādi mān javā māngu chhun.
8. Its wheel is not good.	એનું પૈડું સારું નથી.	Enun paidun sārun nathi.
9. Where does this road lead to?	આ રસ્તો ક્યાં જાય છે?	A rasto kyan jāy chhe?
10. Leave the car here.	મોટરગાડીને અહીંયા છોડી દો.	Motargādi ne ahinyā chodi do.
11. Parking is prohibited.	વાહન ઊભા રાખવાની મનાઇ છે.	Vāhan ūbhā rākh-vani mañāi chhe.
12. Does this tram-way pass near the railway station?	આ ટ્રામની પટરી રેલ્વે સ્ટેશન પાસે થઇને જાય છે?	A trāmni patari ralwe steshan pase thaine jāy chhe?

120

13. When will this bus start?	આ બસ ક્યારે ચાલશે?	A bus kyāre chālshe?
14. Let me know when we shall reach Kashmir.	મને જાણવો કે આપણે કાશ્મીર ક્યારે પહોંચીશું.	Mane jānavo ke āpane Kāshmir kyāre pahonchi-shun?
15. I wish to roam by shikara.	મને શિકારામાં ફરવાની ઇચ્છા છે.	Mane shikārāma pharvāni ichhā chhe.
16. Where is the booking office?	ટિકિટઘર ક્યાં છે?	Tikitghar kyān chhe?
17. Is there anything worth seeing?	શું ત્યાં ખાસ જોવાલાયક સ્થળ છે?	Shun tyān khās jovālāyak sthal chhe?
18. Kindly move a little.	કૃપયા થોડા ખસજો.	Kripayā thodā khasjo.
19. I am going to Bombay today.	હું આજે મુંબઇ જઇ રહ્યો છું.	Hun āje Mum-bai jai rahyo chhun.
20. When des the next train start?	આના પછીની રેલગાડી ક્યારે જાય છે?	Anā pachini rel-gādi kyāre jāy chhe?
21. Where is the luggage booking office?	સામાન જમા કરાવવાની ઑફિસ ક્યાં છે?	Sāmān jamā kar-āvanāni ofis kyān chhe?
22. How much to pay for luggage?	સામાન માટે કેટલા પૈસા આપવાના છે?	Sāmān māte ket-alā paisā āpvānā chhe?
23. Get my seat reserved.	મારી જગ્યા આરક્ષિત કરાવી લો.	Māri jagyā ārak-shit karāvi lo.
24. Where is the platform No. 6?	પ્લેટફૉર્મ નં. ૬ ક્યાં છે?	Platform no. 6 kyān chhe?
25. Over the bridge	પુલની બીજી બાજુ.	Pulni biji baju.
26. Please go by the underground passage.	કૃપયા જમીનના નીચેના રસ્તાથી જાઓ.	Kripayā jaminnā nichenā rastāthi jao.

27. There is a dining car in the train.	રેલગાડીમાં ભોજન કરવાની જગ્યાનો ડબ્બો છે.	Relgādi mān bhojan karvāni jagyāno dabbo chhe.
28. There is no seat available.	અહીં કોઇ જગ્યા ખાલી નથી.	Ahin koi jagyā khāli nathi.
29. The bus is very crowded.	બસમાં પુ ષ્કળ ગડદી છે.	Busmān pushkal gadadi chhe.
30. Do not get down from the running bus.	ચાલતી બસમાંથી નીચે ના ઊતરો.	Chālti busmān thi niche nā utaro
31. Our bus is in motion.	આપણી બસ ચાલી રહી છે.	Apani bus chāli rahi chhe.
32. How much do you charge for a child?	તમે નાના બાળકનું શું ભાડું લો છો?	Tame nānā bālakuun shun bhāun lo chho?
33. Take me to the aerodrome.	મને એરોડ્રોમ લઇ જાઓ.	Mane arodrom lai jāo.
34. Please issue me a return ticket for Singapore.	કૃપયા મને સિંગાપોર જવાની અને પાછા આવવાની ટિકિટ આપો.	Kripayā mane Singāpor javāni ane pāchā āvvāni tikit āpo.
35. Our plane reached Singapore in time.	અમારું વાયુયાન સિંગાપોર સમય પર પહોંચ્યું.	Amārun vāyuyan Singāpor samay par pahonchun.

38TH STEP
આડત્રીસમી સીડી
HEALTH & HYGIENE
સ્વાસ્થ્ય અને સ્વાસ્થ્ય સુરક્ષા

1. Health is wealth.	સ્વાસ્થ્ય જ પૂંજી છે.	Svāsthya ja punji chhe.
2. Prevention is better than cure.	ઇલાજ કરતાં પરેજ વધારે સારો છે.	Ilāj kartān parej vadhāre sāro chhe.
3. She is very tired.	એ બહુ થાકેલી છે.	E bahu thākeli chhe.
4. My health has broken down.	મારી તબિયત ખરાબ થઇ ગઇ છે.	Māri tabiyat kharāb thai gai chhe.
5. He has recovered.	એ સ્વસ્થ થઇ ગયો છે.	E svastha thai gayo chhe.
6. I am feeling sleepy.	મને ઊંઘ આવે છે.	Mane ūngh āve chhe.
7. We should not sleep in day time.	આપણે દિવસમાં સૂવું નહીં જોઇએ.	Apane divas man suvuṅ nahin joie.
8. Will you come for a walk?	તમે સાથે ચાલવા આવશો?	Tame sāthe chāl-vā āvasho?
9. He is better than yesterday.	ગઇકાલેથી આજે એ વધારે સારો છે.	Gai kālthi āje e vadhāre sāro chhe.
10. I am not well today.	આજે મને સારું નથી.	Aje mane sārun nathi.
11. Will you not take the medicine?	તું દવા નહીં લે?	Tun davā nahin lo?
12. How is your father?	તમારા પિતાજી કેમ છે?	Tamārā pitāji kem chhe?

13. Let me feel your pulse.	મને તમારી નાડી તપાસવા દો.	Mane tamāri nādi tapāsavā do.
14. I am feeling out of sorts today.	આજે મને ઠીક નથી લાગતું.	Aje mane thik nathi lāgtun.
15. The patient is sinking.	રોગીનું દિલ બેસી રહ્યું છે.	Roginun dil besi jahyun chhe.
16. I suffer from indigestion.	મને પેટની ગડબડની તકલીફ છે.	Mane pet ni gadbad ni taklif chhe.
17. She feels nousea.	એને ગભરામણ થાય છે.	Ene gabharāman thāya chhe.
18. Do you feel dizzy?	તને ચક્કંર આવે છે?	Tane chakkar āve chhe?
19. She is out of danger now.	એ હવે ખતરાની બહાર છે.	E have khatrā ni bhār chhe.
20. The child is cutting the teeth.	આ બાળકને દાંત નીકળી રહ્યા છે.	A bālak ne dānt nikli rahyā chhe.
21. How many doses have you taken?	તમે કેટલા ભાગ લીધા છે?	Tame ketalā bhāg lidhā chhe?
22. I suffer from severe constipation.	મને તીવ્ર કબજિયાતની તકલીફ છે.	Mane tivra kabjiyātni taklif chhe.
23. You had a chronic fever.	તમને જૂનો તાવ હતો.	Tamne juno tāv hato.
24. I have sore-throat.	મારું ગળું ખરાબ છે.	Marun galun kharāb chhe.
25. Had she a headache?	એનું માથું દુઃખતું હતું?	Enun māthun dukhtun hatun?
26. She has pain in her stomach.	એને પેટમાં દુઃખે છે.	Ene petmān dukhe chhe.
27. Is he suffering from cold?	એને શરદી થઇ છે?	Ene sharadi thai chhe.
28. Show me your tongue?	મને તમારી જીભ બતાવો.	Mane tamāri jibh batāvo.
29. She has lost her appetite.	એની ભૂખ મરી ગઇ છે.	Eni bhukh mari gai chhe.

30. I have got a boil.	મને ગુમડૂં થયું છે.	Mane gumdūn thayun chhe.
31. Her gums are bleeding!	એના પેઢામાંથી લોહી નીકળે છે.	Enā pedhāmān-thi lohi nikale chhe.
32. Send for a doctor.	ડૉકટરને બોલાવો.	Doktarne bolāvo.
33. She has pain in the liver.	એના કાળજામાં પીડા છે.	Enā kāljā mān pidā chhe.
34. You shall have some motions.	તમને થોડા ઝાડા થશે.	Tamne thodā zāḍā thashe.
35. The physician will call next morning?	ચિકિત્સા કરવાવાળો કાલે સવારે આવશે.	Chikitsā karvā-vālo kāle savāre āvshe.

39TH STEP

ઓગણચાળીસમી સીડી

WEATHER

મોસમ

1. It is spring season.	આ વસંત ઋતુ છે.	A vasant ritu chhe.
2. It is summer.	આ ગ્રીષ્મ ઋતુ છે.	A grishma ritu chhe.
3. It is autumn.	આ પતઝડ ઋતુ છે.	A patzad ritu chhe.
4. It is winter.	આ શીત ઋતુ છે.	A shit ritu chhe.
5. It is very hot today.	આજે ખૂબ જ ગરમી છે.	Aje khub ja garmi chhe.
6. It is very cold today.	આજે ખૂબ જ ઠંડી છે.	Aje khub ja thandi chhe.
7. This is fine weather.	આ સરસ આબોહવા છે.	A saras ābohavā che.
8. What wretched today!	આજે કેટલો ખરાબ દિવસ છે.	Aje ketalo kharāb divas chhe.
9. It is raining.	વરસાદ થઇ રહ્યો છે.	Varsād thai rahyo chhe.
10. It is drizzling.	ઝરમર ઝરમ થઇ રહ્યું છે.	Zarmar Zarmar tai rahyun chhe.
11. Has the moon risen?	ચંદ્રમા નીકળ્યો છે?	Chandramā nikalyo chhe?
12. It has stopped raining.	વરસાદ બંધ થઇ ગયો છે.	Varsād bandh thai gayo chhe.
13. She will catch cold.	એને ઠંડી લાગી જશે.	Ene thandi lagi jashe.
14. Does it still rain?	હજુ પણ વર્ષા થઇ રહી છે?	Haju pan varsha tha rahi chhe?
15. In rainy season, we wear raincoat.	વર્ષા ઋતુમાં આપણે રેનકોટ પહેરીએ છીએ.	Varsha rita mān apane rencot pahene chie.
16. I am shivering.	મને કંપારી આવે છે.	Mane kampāri ave chhe.
17. I am perspiring.	મને પરસેવો આવી	Mane parsavo āvi

	રહ્યો છે.	rahyo chhe.
18. I am drenched.	હું ભીંજાઇ ગયો છું.	Hun bhinjāi gayo chhun.
19. Cool air is blowing.	ઠંડી હવા ફૂંકાઇ રહી છે.	Thandi havā phunkai rahi chhe.
20. What a strong wind!	કેવો જોરથી પવન ફૂંકાય છે.	Kevo jorthi pawan phunkāy chhe.
21. The weather is changing.	મોસમ બદલાઇ રહી છે.	Mosam badlāi rahi chhe.
22. The sky is cloudy.	આકાશ વાદળોથી છવાયેલું છે.	ākāsh vādalothi chavāyelun chhe.
23. The sky is clear.	આકાશ સાફ છે.	Akāsh sāf chhe.
24. It lightens.	વીજળી ચમકી રહી છે.	Vijali chamki rahi chhe.
25. It thunders.	વાદળો ગરજી રહ્યા છે.	Vādalo garji rahyā chhe.
26. The sun is invisible.	સૂરજ દેખાઇ નથી રહ્યો.	Suraj dekhāi nathi rahyo.
27. It is like a spring day.	આ વસંત ઋતુના જેવો દિવસ છે.	A vasant ritu nā jevo divas chhe.
28. The heat is unbearable.	આ ગરમી અસહ્ય છે.	A garmi asahya chhe.
29. It is bright fortnight.	આ શુક્લ પક્ષ છે.	A shuklapaksha chhe.
30. It is later part of the night.	આ મધરાત પછીનો સમય છે.	A madhrāt pachino samay chhe.
31. What a beautiful the rainbow is!	કેટલું સુંદર ઇન્દ્રધનુષ છે!	Ketalun sundar indradhanush chhe.
32. It is raining in heavy torrents.	મૂશળધાર વરસાદ પડી રહ્યો છે.	Mūshaldhār varvarsād padi rahyo chhe.
33. It is hailing badly.	બહુ જ પ્રમાણમાં કરા પડી રહ્યા છે.	Bahuj praman karā māṅ paḍī rahyā.
34. Would you like an umbrella?	તમને છત્રી જોઇશે?	Tamane chatri joishe?
35. What a fine the climate is!	આબોહવા કેટલી સરસ છે.	Abohavā ketli saras chhe!

40TH STEP
ચાળીસમી સીડી

TIME
સમય

1. Look at the watch.	ઘડિયાળમાં જૂઓ.	Gadhiālmān jūo.
2. What is the time?	કેટલા વાગ્યા છે?	Ketalā vāgyā chhe?
3. What is the time by your watch?	તમારા ઘડિયાળમાં કેટલા વાગ્યા છે?	Tamārā ghadiāl-mān ketlā vāgyā chhe?
4. What o'clock is it?	કેટલા વાગ્યા છે?	Ketlā vāgyā chhe?
5. It is exactly 7 'o clock.	બરાબર સાત વાગ્યા છે.	Barābar sāt vāg-yā chhe.
6. It is half past nine.	સાડા નવ વાગ્યા છે.	Sādā nav vāgyā chhe.
7. It is quarter past thee.	સવા ત્રણ વાગ્યા છે.	Savā tran vāgyā chhe.
8. It is quarter to four.	પોણા ચાર વાગ્યા છે.	Ponā chār vāgyā chhe.
9. It is five mintes past five.	પાંચ વાગ્યાને ઉપર પાંચ મિનિટ થઈ છે.	Pānch vāgyāne upar pānch minit thai chhe.
10. It is ten minutes to six.	છ વાગ્યામાં દસ મિનિટ બાકી છે.	Chhah vāgyā mān das minit bāki chhe.
11. It is already half past four.	સાડા ચાર વાગી ચુક્યા છે.	Sādā chār vāgi chukyā chhe.
12. She will reach at one and a quarter o'clock.	એ સવા એક વાગે એક વાગે પહોંચશે.	E sāvā ek vāge pahonchashe.
13. We reached the office at twenty-	અમે દસ વાગીને પચીસ મિનિટે	Ame das vāgine pachis minite

	five minutes past ten.	કાર્યાલય પહોંચ્યા.	karyālaya pahonchyā.
14.	The bank was looted in the broad daylight.	ભરદિવસે એ બૈંક્ લૂંટાઇ ગઇ.	Bhardivase e bank lunti gai.
15.	The market is closed on Monday.	આ બજાર સોમવારે બંધ રહે છે.	A bajār Somvāre bandh rahe chhe.
16.	We take lunch at half past one	અમે બપોરનું ભોજન દોઢ વાગે કરીએ છીએ.	Ame bapornun bhojan dodh vāge karie chie.
17.	This shop reopens at half past two.	આ દુકાન ફરીથી અઢી વાગે ખુલે છે.	A dukān pharithi adhi vāge khule chhe.
18.	It is ten A.M.	સવારના દસ વાગ્યા છે.	Savārnā das vagyā chhe.
19.	We leave the office exactly at five P.M.	અમે ઑફિસથી સાંજે બરાબર પાંચ વાગે નીકળીએ છીએ.	Ame ofis thi sānje barābar pānch vāge nikalie chhie.
20.	Is your wrist watch slow?	શું તમારું કાંડા ઘડિયાળ ધીમું ચાલે છે.	Shun tamarun kandā ghadiāl dhimun chale chhe?
21.	Is this time-piece fast?	આ ડબ્બા ઘડિયાળ આગળ ચાલે છે?	A dabbā ghadiāl āgal chale chhe?
22.	Is the office-clock not exact?	ઑફિસનું ઘડિયાળ બરાબર સમય નથી બતાવતું?	Offis nun ghadiāl barābar samay nathi batāvatun?
23.	My pen watch has stopped.	મારું પેન-ઘડિયાળ બંધ થઈ ગયું છે.	Mārun pen-ghadiāl bandh thai gayun chhe.
24.	It is time to rise.	ઉઠવાનો સમય થઇ ગયો છે.	Uthavāno samay thai gayo chhe.
25.	You are half an hour late.	તમે અડધો કલાક મોડા છો.	Tame aradho kalāk modā chho.

26. She is ten minutes early.	એ દસ મિનિટ વહેલી છે.	E das minit vaheli chhe.
27. It is midnight.	અત્યારે મધરાત છે.	Atyāre madhrāt chhe.
28. My mother gets up early in the morning.	મારી મા વહેલી સવારે ઊઠે છે.	Māri mā vaheli savāre uthe chhe.
29. Last month, we were not here.	ગયા મહિને આપણે અહીંયાં નહોતા.	Gayā mahine āpane ahinyān nahotā.
30. We shall remain here this month.	અમે અહીંયા આ મહિનો રહીશું.	Ame ahiyān ā mahino rahishun.
31. I shall go to Simla next month.	હું આવતા મહિને સિમલા જઇશ.	Hun avtā mahine Simlā jaish.
32. We are in trouble since 15th August.	આપણે ૧૫ ઓગસ્ટથી કષ્ટમાં છીએ.	Apane 15 Ogast kashta mān chie.
33. What is the date today?	આજે શું તારીખ છે?	Aje shun tārikh chhe?
34. Why had you come yesterday?	તું ગઇકાલે કેમ આવેલો?	Tun gai kāle āvelo?
35. Come tomorrow at 7 o'clock.	કાલે ૭ વાગે આવજે.	Kāle sāt vāge āvaje.

41ST STEP
એકતાળીસમી સીડી

LET US TALK
આવો, વાતોચીતો કરીએ

INTRODUCTION	પરિચય	
1.	1.	1.
How do you do?	તમે કેમ છો?	Tame kem chho?
Tell me, please, are you a student?	મને કહો, કૃપયા કરી, તમે વિદ્યાર્થી છો?	Mane kaho, kripyā kari, tame vidhārthi chho?
Yes, I am a student.	હા, હું વિદ્યાર્થી છું.	Hā, hun vidyārthi chhun.
What is your name?	તમારું નામ શું છે?	Tamārun nām shun chhe.
My name is Pranav chakravarti.	મારું નામ પ્રણવ ચક્રવર્તી છે.	Mārun nām Pra-Chakravarti chhe.
Are you a Assame or a Bengali?	તમે આસામી છો કે બંગાળી?	Tame Asāmi chho ke Bangāli?
No, I am a Marathi.	ના, હું મરાઠી છું.	Nā, hun Marāthi chun.
2.	2.	2.
Tell me, please, who is she?	બતાઓ, કૃપયા કરી, એ કોણ છે?	Batāvo, kripayā kari e kon chhe?
She is my friend Abha.	એ મારી બહેનપણી આભા છે.	E māri bhenpani Abhā chhe.
Is she a student?	શું એ છાત્રા છે?	Shun e chātrā chhe?
No, she s a translator and works in the Govt office.	ના, એ એક અનુવાદક છે અને સરકારી કાર્યાલયમાં કામ કરે છે.	Nā, e ek anuvādak chhe ane sarkāri karyālaya mān kām kare chhe.

Thanks, Good-bye	આભાર, આવજો.	Abhār, āvjo!

ABOUT LEARNING LANGUAGE ભાષા શીખવાની બાબતમાં

3.	3.	3.
Hello, do you speak Hindi?	કેમ, તમે હિન્દી બોલો છો?	Kem, tame hindi bolo chho?
Yes, I speak Hindi a little.	હા, હું થોડી હિન્દી બોલું છું.	Hā, hun thodi hindi bolun chhun.
What is your caste?	તમારી જાત શું છે?	Tamāri jāt shun chhe?
My caste is Kelkar.	મારી જાત કેલકર છે.	Māri jāt Kelkar chhe.
I am Ashok Kelkar.	હું અશોક કેલકર છું.	Hun Ashok Kelkar chuun.
You speak Hindi very well.	તમે હિન્દી બહુ જ સારી બોલો છો.	Tame hindi bahu ja sāri bolo chho
Do you think so? I am studying Hindi in college. I want to speak Hindi well.	તમે એવું વિચારો છો? હું કૉલેજમાં હિન્દી ભણું છું. મારે હિન્દી સારી રીતે બોલવી છે.	Tame evun vic-hāro chho? Hun kolejmān hindi bhanun chhun. Mare hindi sāri rite bolavi chhe.
Does your Hindi teacher speak Hindi in class?	તમારા હિન્દીના શિક્ષક કક્ષામાં હિન્દી બોલે છે?	Tamārā hindiña shikshak kakshā mān hindi bole chhe?
Of course! He speaks Hindi fluently.	નિ:સંદેહ! એ હિન્દી સારી રીતે બોલે છે.	Ni:sandeh! e hindi sāri rite bole chhe.
Do you understand when the teaher speaks Hindi?	જ્યારે શિક્ષક હિન્દીમાં બોલે છે તો તમને સમજાય છે?	Jyāre shikshak hindimān bole chhe to tame samajāy chhe?
Yes, we understand when he speaks fast.	હા, જ્યારે એ જલ્દી બોલે છે તો અમે સમજી લઈએ છીએ.	Ha, jyāre e jaldi bole chhe to ae samazi laie chie.
Do you speak Hindi at home?	શું તમે ઘરે હિન્દીમાં બોલો છો?	Shun tame gha-re hindi mān

132

		bolo chho?
Of course not! My family members do not speak Hindi. They speak only Marathi.	નિ:સંદેહ! મારા કુટુંબના લોકો હિન્દી નથી બોલતા. એ લોકો મરાઠી બોલે છે.	Ni-sandeh! mārā kutumbnā loko hindi nathi boltā. E loko fakta marāthi bole chhe.
Therefore, we speak only Marathi at home.	એટલે અમે ફક્ત ઘરે મરીઠીમાં જ બોલીએ છીએ.	Etle ame fakta ghare marāthi mānj bolie chie.
But you speak Hindi very well.	પણ તમે હિન્દી બહુ જ સારું બોલો છો.	Pan tame hindi bahuj sārun bolo chho.
Thank you very much!	તમારો ખૂબ જ આભાર.	Tamaro khubaj ābhār.

VILLAGE VERSUS CITY ગામડા અને શહેર વચ્ચે

4.	4.	4.
You live in the village, but go to the city to work. Do you prefer to live in th village?	તમે ગામડામાં રહો છો પરંતુ શહેરમાં કામે જાઓ છો. તમને ગામડામાં રહેવાનું વધારે પસંદ છે?	Tame ghamdā mān raho chho parantu shaheramān kāme jāo chho. Tamne gamadāmān rahevānun vadhāre pasand chhe?
Oh, yes! I prefer to live there. But I also live the city.	હા જી! હું ત્યાં રહેવાનું વધારે પસંદ કરું છું. પરંતુ મને શહેર પણ પસંદ છે.	Ha ji! Hun tyān rahevānun vadhare pasand karun chhun. parantu mane shaher pan pasand chhe.
Why do you like the city?	તમને શહેર કેમ પસંદ છે?	Tamane shaher kem pasand chhe?
In the city, there are theatres, museums, libraries and university, etc.	શહેરમાં થિયેટરો, સંગ્રહાલયો, પુસ્તકાલયો અને વિશ્વવિદ્યાલય વગેરે હોય છે.	Shahermān thiyetaro, sangrāhalayo, pustakālayo ane vish-

		vavidyālaya vagere hoy chhe.
But there are also factorie, buses, trucks and cars. Everywhere there are crowds and noise.	પરંતુ ત્યાં કારખાનાઓ, બસો, ટ્રકો, ગાડીઓ પણ હોય છે. બધે જ ગડદી અને ઘોંઘાટ હોય છે.	Parantu tyān karkhānāo, buso, trako, gādio pan hoy chhe. Badhe ja gadadi ane ghonghāt hoy chhe.
Quite right. That is why I prefer to live in the village, although I do work in the city. In the village, it is quite; the air is fresh.	બિલકુલ બરાબર. એટલે જ હું ગામડામાં રહેવાનું વધારે પસંદ કરું છું, જોકે હું શહેરમાં કામ કરું છું. ગામડામાં, શાંતિ હોય છે અને હવા સ્વચ્છ હોય છે.	Bilkul barābar. Etle ja hun gāmadānun rahevānun vadhāre pasand karun chhun, jo ke hun shahermān kām karun chhun. Gamadāmān shānti hoy chhe ane hawā swachchha hoy chhe.
And does your wife like life in the village?	અને શું તમારી પત્નીને ગામડાની જિંદગી પસંદ છે?	Ane shun tamari patnine gāmdāni jindagi pasand chhe?
She likes it very much. However, now and then she goes to the city to buy clothes and other things.	એને એ ઘણું જ પસંદ છે. જોકે, ઘણીવાર એ શહેર કપડાં અને બીજી વસ્તુઓ ખરીદવા જાય છે.	Ene e ghanun ja pasand chhe. Joke, ghanivār e shaher kapadān ane biji vastuo kharidavā jāy chheo.
However, our family members are happy in the village.	તો પણ, અમારા કુટુંબના સદસ્યો ગામડામાં ખુશ છે.	To pan, amārā kutumbnā sadasyo gamadāmān khush chhe.

LEARNING OF LANGUAGE ભાષા શીખવી

5.	5.	5.
Hello, Nambiar, how are you?	શ્રી, નાંબીયાર, તમે કેમ છો?	Shri, Nāmbiār, tame kem chho?
Very well, thank you.	બહુ સારો છું; આભાર	Bahu sāro chh-un, ābhār.
And how is your family?	અને તમારો પરિવાર કેમ છે?	Ane tamāro pa-rivār kem chhe?
Thanks, all are well.	આભાર, બધા સ્વસ્થ છે.	Abhār, badhā swastha chhe.
But the way, I hear that you have been studying Gujarati for sometime now.	એમ તો, મેં સાંભળ્યું છે કે તમે થોડા સમયથી ગુજરાતી ભણો છો.	Em to, main sambhalyun chhe ke tame thodā samay thi gujarati bhano chho.
That is true, I want to read, speak and write Gujarati.	એ સાચું છે, મારે ગુજરાતી વાંચવું છે, બોલવું છે ને લખવું છે.	E sachun chhe, māre gujarati vānchavun chhe, bolvun chhe ne lakhvun chhe.
Do you find that Gujarati language is difficult?	તમને એમ લાગે છે કે ગુજરાતી ભાષા અઘરી છે?	Tamne em lāge chhe ke gujarati bhāshā aghari chhe?
It seems difficult to foreigners; but I am making progress.	પણ હું પ્રગતિ કરી રહ્યો છું.	Pan hun pragati kari rahyo chhun.
Excellent! you are already speaking Gujarati well.	બહુ સરસ, તમે તો અત્યારથી જ ગુજરાતી સરસ બોલો છો.	Bahu saras, tame to atyār-thi j gujarati saras bolo chho.
Thanks! I want to spoeak still better.	આભાર! મારે આનાથી પણ વધારે સારું બોલવું છે.	Abhār! Māre ānāthi pan vad-hāre sarun bol-vun chhe.
Your enthusiasm is praiseworthy.	તમારો ઉત્સાહ પ્રશંસા કરવા જેવો છે.	Tamāro utsāh prashansā kar-vā jevo chhe.

42TH STEP
વેંતાળીસમી સીડી

BETWEEN TWO FRIENDS
બે મિત્રોની વચમાં

Minakshi–Hello. How are you madam?	મીનાક્ષી–તમે કેમ છો શ્રીમતી?	Tame kem chho shrimati?
Garima–Pretty well, thanks. And you?	ગરિમા–આભાર, સારી છું. અને તમે?	Abhār, sāri chhun. Ane tame?
Minakshi–I am fine, thanks.	મીનાક્ષી–હું સારી છું, આભાર.	Hun sāri chhun. Abhār.
Garima–It's good to see you again.	ગરિમા–તને ફરીથી જોવાથી સારું લાગ્યું.	Tane farithi jovāthi sarun lagyun.

• • •

Abha–Do you watch television very often?	આભા–તમે ઘણીવાર ટેલીવિઝન જૂઓ છો?	Tame ghani vār telivison jūo chho?
Amit–Well, I sometimes watch it in the evening.	અમિત–એમ તો, હું ક્યારેક સાંજે એ જોઉં છું.	Emto, hun kyārek sānje e joun chhun.
Abha–Did you watch television last night?	આભા–તમે ગઇકાલ રાતે ટેલીવિઝન જોયેલું?	Tame gai kāle rāte telivison joyelun?
Amit–Yes, I did, I saw several good programmes.	અમિત–હા, મેં જોયેલું. મેં ઘણા સારા કાર્યક્રમો જોયા.	Hā, Main joyelun. Main ghanā sārā kāryakram joyā.
Amit–do you ever listen to the radio?	અમિત–તૂ ક્યારેય રેડિયો સાંભળે છે?	Tu kyārey radio sāmbhale chhe?

136

Abha–Certainly, I listen practically every night	આભા–અવશ્ય, હું લગભગ રોજ રાત્રે સાંભળું છું.	Avashya, hun lagbhag roj rātre sāmbhalun chhun.
Amit–what's your favourite programme?	અમિત–તારો મનપસંદ કાર્યક્રમ કયો છે?	Tāro manpasand kāryakram kayo chhe?
Abha–I like vandanvar best of all.	આભા–મને વંદનવાર બધાથી વધારે સારું લાગે છે.	Mane vandanvār badhāthi vadhāre sārun lāge chhe.

• • •

Shahnaz–Where did you go?	શહનાઝ–તૂ કયા ગયેલી?	Tu kyān gayeli?
Minaz–We went to a beautiful beach.	મિનાઝ–અમે એક સુંદર સમુદ્રતટ પર ગયેલા.	Ame ek sundar sumudratat par gayelā.
Shehnaz–Did you swim in the ocean?	શહનાઝ–તું દરિયામાં તરવા ગયેલી?	Tun dariyāmān tarvā gayeli?
Minaz–Yes, but I swam close to the shoe!	મિનાઝ–હા, પરંતુ હું કિનારાની પાસે જ તરતી હતી.	Hā, parantu hun kinārāni pase ja tarti hati.

• • •

Manjula–What are you going to do tonight?	મંજુલા–તમે આજે રાતે શું કરવાના છો?	Tame āje rāte shun karvānā chho?
Gaurav–I have not decided yet.	ગૌરવ–મેં હજુ નિશ્ચય નથી કર્યો.	Main haju nishchaya nathi karyo.

Manjula–Would you like to go to the movies?	મંજુલા–તમને સિનેમા જોવા જવાનું પસંદ પડશે?	Tamane Sinemā jovā javānun pasand pad-she?
Gaurav–No, I like to go to drama.	ગૌરવ–ના, મને નાટક જોવા જવાનું પસંદ છે.	Nā, mane nātak jovā javānun pasand chhe.
•	•	•
Manoj–I have to go to the railway station.	મનોજ–મારે રેલવે સ્ટેશન જવાનું છે.	Māre relway stashan javā-nun chhe.
Vikas–What do you have to go for?	વિકાસ–તારે ત્યાં શા માટે જવાનું છે?	Tāre tyān shā māte javā-nun chhe?
Manoj–To receive my sister from Bombay.	મનોજ–મુંબાઈથી મારી બહેન આવે છે તેને લેવા.	Mumbāithi māri bhen āvi chhe tene levā.
Vikas–Let me take you in my scooter.	વિકાસ–મારા સ્કૂટર પર તને લઈ જવા દે.	Mārā skūtar par tane lai javā de.
Pradip–Are you Dr. Bhartendu?	પ્રદીપ–તમે ડૉ. ભારતેંદુ છો?	Tame doktar Bhāratendu chho?
Manohar–No. That tell fellow is Dr. Bhartendu.	મનોહર–ના, પેલા ઉંચા વ્યક્તિ ડૉ. ભારતેંદુ છે.	Na, pelā ūnchā vyakti doktar Bhārtendu chhe.
Pradip–Do you mean the one over there with glasses?	પ્રદીપ–તમારો કહેવાનો અર્થ એ કે જેમણે ચશ્મા પહેર્યા છે?	Tamāro kahevā-no arth e ke jemne chash-mā paheryā chhe?
manohar–Yes. the	મનોહર–હા, એ જેમના	Hā, e jemnā

one with dark hair.	કાળા વાળ છે.	kālā vāl chhe.
•	•	•
Inamdar–How long have you been here?	ઈનામદાર–તમે અહીંયા ક્યારથી છો?	Tame ahinyān kyārthi chho?
Gopal–I hae been here for two weeks.	ગોપાલ–હું અહીંયા બે અઠવાડિયાથી છું.	Hun ahinyān be athavādiāthi chhun.
Inamdar–How often do you get here?	ઈનામદાર–તમે કેટલી વખત અહીંયા આવો છો?	Tame ketli vak-hat ahinyān āvo chho?
Gopal–I get to this city about twice an year.	ગોપાલ–હું લગભગ વર્ષમાં બે વાર આ શહેરમાં આવું છું.	Hun lagbhag varshmān be vār a shahermān āvun chhun.
•	•	•
Anu–Did you have a good vacation?	અનુ–શું તમારી રજાઓ સારી રીતે નીકળી?	Shun tamāri rajāo sāri rite nikli?
Satya–Yes, I did. I had a wonderful time.	સત્ય–હા, સારી રીતે. મને ખૂબ જ મઝા આવી.	Hā, sāri rite. Mane khūbja mazā āvi.
Anu–What did you do?	અનુ–તમે શું કર્યું?	Tame shun karyun?
Satya–I visited some old friends in New Delhi.	સત્ય–નવી દિલ્હીના થોડા જૂના મિત્રોને હું મળ્યો.	Navi Dilhinā thoda jūnā mitrone hun malyo.

43TH STEP
તેંતાળીસમી સીડી

ABOUT MONEY
પૈસાની બાબતમાં

1. How much money do you have?	તમારી પાસે કેટલા પૈસા છે.	Tamāri pāse ketalā paisā chhe?
– Not very much.	–બહુ વધારે નહીં.	–Bahu vadhāre nahin.
2. She looks upset about something.	એ કોઇ વાતથી પરેશાન દેખાય છે.	E koi vāt thi pareshān dekh-āy chhe.
– I think she has lost her money.	–મને લાગે છે કે એના પૈસા ખોવાઇ ગયા છે.	–Mane lāge chhe ke enā paisā khovāi gayā chhe.
3. How many rupees did you have in your bank?	બેંકના ખાતામાં તમારા કેટલા રૂપિયા હતા?	Banknā khātā mān tamārā ketlā rupiā hatā?
– I had exactly three hundred rupees.	–મારી પાસે બરાબર ત્રણ સો રૂપિયા હતા.	–Māri pāse bar-ābar transo rupiyā hatā.
4. Did you sell your motorcycle?	તેં તારી મોટર સાઇકલ વેચી દીધી?	Tuin tāri motar-sāykal vechi didhi?
– Yes, I sold it to my friend Anupam.	–હા, મેં મારા મિત્ર અનુપમને વેચી દીધી.	–Hā, main mārā mitra Anupam ne vechi didhi.
5. Could you lend me one hundred rupees until tomorrow?	તમે મને કાલ સુધી એકસો રૂપિયા ઉધાર આપશો?	Tame mane kāl sudhi ek so rup-iya udhar upsho?
– No, I could not.	–ના, હું નહીં આપી શકું.	–Nā, hun nahin āpi shakun.

x	x	x
6. Could you spare six hundred ruppes?	તમે છ સો રૂપિયાનો બંદોબસ્ત કરી શકશો?	Tame chhaso rupiyāno bandobast kari shaksho?
– Yes, but I shall need the money before next week.	–હા, પરંતુ આવતા અઠવાડિયા પહેલા મને પૈસા જોઈશે.	–Hā, prantu avatā athavādiya pahelā mane paisā joishe.
x	x	x
7. Did you get the money?	તમને પૈસા મળી ગયા?	Tamane paisā mali gayā?
– Yes, I borrowed it from my colleague.	–હા, મેં મારા સાથીદારથી ઉધાર લીધા.	–Hā, main mārā sāthidārthi ūdhār lidhā.
x	x	x
8. Have you got any change?	તમારી પાસે છૂટ્ટા છે?	Tamāri pāse chhuttā chhe?
– Here are seven coins of ten paise and six coins of five paise.	–આ સાત સિક્કા દસ પૈસા અને છ સિક્કા પાંચ પૈસાના છે.	–A sāt sikkā das paisānā ane chha sikkā panch paisānā chhe.
x	x	x
9. Can you change this ten rupee note?	તમે આ દસ રૂપિયાની નોટ બદલી શકશો?	Tame a das rupiyāni not badali shaksho?
– I am sorry. I don't have any note.	–મને માફ કરો, મારી પાસે કોઈ નોટ નથી.	–Mane māph karo, māri pāse koi not nathi.
x	x	x
10. Do you have change for one hundred rupees	તમારી પાસે સો રૂપિયાનું છૂટ્ટું છે?	Tamāri pāse so rupiyānun chhtūn chhe?
Just a minute, and I shall see.	–એક મિનિટ, હું જોઈ લઉં છું.	–Ek minit, hun joi laun chhun.
11. Will you get	તમે વિદેશી મુદ્રા	Tame videshi

141

foreign exchange?	મેળવી શકશો?	mudrā melavi shaksho?
– Yes, I will.	–હા, મને મળશે.	–Hā, mane malshe.
x	x	x
12. How much will you get?	તમને કેટલી મળશે?	Tamne ketali malshe?
– A student generally gets foreign exchange worth about 5000 dollars per year.	–એક વિદ્યાર્થીને લગભગ ૫૦૦૦ ડૉલર જેટલી પ્રતિ વર્ષ વિદેશી મુદ્રા મળે છે.	–Ek vidyārthi ne lagbhag 5000 $ jetli praṭi varsh videshi mudrā male chhe.
x	x	x
13. What is your salary?	તારો પગાર કેટલો છે.	Tāro pagār ketlo chhe?
– I am drawing a salary of Rs. 400 per month.	–મને ચારસો રૂપિયા મહિને પગાર મળે છે.	–Mane chārso rupiyā mahine pagār male chhe.
x	x	x
14. How much do you except?	તમે કેટલા પૈસાની આશા રાખો છો?	Tame ketalā paisāni āshā rākho chho?
– I do not wish to have more than fifth ruppes.	–મને પચાસ રૂપિયાથી વધુ નહીં જોઇએ.	–Mane pachās rupiyāthi vadhu nahin joie.
x	x	x
15. Do you give any discount?	તમે કોઇ છૂટ આપો છો?	Tame koi chhut āpo chho?
– Not at all.	–બિલકુલ નહીં.	–Bilkul nahin.
x	x	x
16. Is this worth twenty rupees?	શું આ વીસ રૂપિયા જેટલી છે?	Shun a vis rupiyā jetli che?
– Why not? It is rather costlier.	–કેમ નહીં? આ તો એનાથીય વધારે મોંઘી છે.	–Kem nahin? e to enathiy vadhare monghi chhe.

44TH STEP
ચુમાળીસમી સીડી

ON THE BUS
બસમાં

Post Office	ડાકઘર	
1. Pay for the tickets.	ટિકિટો ખરીદી લો.	Tikito kharidi lo.
2. No, I paid last time. It is your turn today.	ના, મેં ગયા વખતે ખરીદેલી. આજે તમારો વારો છે.	Nā, main gayā vakhte kharideli. Aje tamāro vāro chhe.
3. Alright. Shall we get off at at ring road, Lajpat Nagar?	સારું, આપણે રિંગ રોડ, લાજપત નગર ઊતરી જઇશું?	Sārun. Apane ring rod, Lājpat Nagar utari jaishun?
4. I think the Central Market is little nearer the cinema. Always the fare is the same.	મને લાગે છે કે સેંટ્રલ માર્કેટ સિનેમાની વધારે પાસે છે. કાંઇ નહીં, ભાડુ તો સરખું છે.	Mane lāge chhe ke sentral mārket sinemāni vadhāre pāse chhe. Kāin nahin, bhādu to sarkhun ja chhe.
5. Yes, it is. I usually get off at the Ring Road. But it makes no difference.	હા, બરાબર છે. હું એમ તો રિંગ રોડ પર જ ઊતરું છું. પરંતુ એનો કોઇ ફેર નથી પડતો.	Hā, barābar chhe, Hun em to ring rod par ja utarun chhun. Parantu eno koi pher nathi padto.
6. Now buy tickets.	હવે ટિકિટો ખરીદી લો.	Have tiketo kharidi lo.
7. The bus is overcrowded. So I think the conductor is very busy.	આ બસ ખચાખચ ભરેલી છે. એટલે મને લાગે છે કંડકટર બહુ જ વ્યસ્ત છે.	A bas Khachākhach bhareli chhe. Etle mane lāge chhe kandaktar bahu ja vyasta chhe.
8. But have you got the money ready?	પણ તમે પૈસા કાઢી રાખ્યા છે?	Pan tame paisā kadhi rākhyā

		chhe?
9. Yes, I have got the exact fare.	હા, મારી પાસે ભાડાના પૈસા તૈયાર છે.	Ha, māri pase bhādānā paisā taiyār chhe.

IN A PUBLIC LIBRARY સાર્વજનિક પુસ્તકાલયમાં

1..May I be a regular member of the library?	હું પુસ્તકાલયનો નિયમિત સદસ્ય બની શકું છું?	Hun pustakālaya-no niyamit sada-sya bani shakun chhun?
2. Off course. Com-plete this form, please, and get it signed by any Gazette officer.	નિ:સંદેહ, કૃપયા, આ ફૉર્મ ભરો અને કોઇ સરકારી કર્મચારીથી હસ્તાક્ષર કરાવો.	Ni:sandeh, kri-payā, a form bharo ane koi sarkāri karmach-arithi hastākshar karāvo.
3. What is the mem-bership fees?	સદસ્ય બનવાનું શુલ્ક શું છે?	Sadasya banvā-un shukla shun chhe?
4. Not at all, the public library service is enti-rely free.	બિલકુલ કશું નહીં, સાર્વજનિક પુસ્તકાલયની સેવા બિલકુલ મફત છે.	Bilkul kashun nahin. Sārvaja-nik pustakālyani sevā bilkul maph-at chhe.
5. How many books o you lend at a time?	એક સમયે તમે કેટલી પુસ્તકો લઇ જવા દો છો?	Ek samaye tame ketali pustako lai javā do chho?
6. The library lends three books for fourteen days.	આ પુસ્તકાલય ત્રણ ચોપડીઓ ચૌદ દિવસ માટે આપે છે.	A pustakālaya tran chopadio chaud diwas māte chhe.
7. I see. What is the late fee per day?	સારું, મોડા પડવામાં દિવસનું શું શુલ્ક છે?	Sarun. Modā padavaman diw-asn shun shukla chhe?
8. We charge ten paise per day for each book.	અમે દસ પૈસા રોજના એક પુસ્તકનું શુલ્ક લઇએ છીએ.	Ame das paisā rojana ek pustak nun shulk laie chie.
9. What are the	પુસ્તકાલયનો સેવા	Pustakālayano

	working hours of the library?	આપવાનો શું સમય છે?	seva āvano shun samay chhe?
10.	The library remains open from 9 a.m. to 7.30 p.m.	પુસ્તકાલય સવારે ૯ વાગ્યાથી સાંજે ૯.૩૦ વાગ્યા સુધી ખૂલું રહે છે.	Pustakālaya savāre nav vāgyāthi sanje sada sat vagya sudhi khulun rahe chhe.

AT THE THEATRE સિનેમાગૃહમાં

1.	It's interval. Shall we go to the snack bar and have a cup of tea.	મધ્યાંતર છે. આપણે અલ્પાહારગૃહ જઇ એક કપ ચાહ પીએ?	Madhyāntar chhe. Apane alpāhārgriha jai ek kap chāh pie?
2.	I don't want any thing. Let us stretch our legs.	મને કશું નહીં જોઇએ. આપણે જરા આપણા પગ લંબાવી લઇએ.	Mane kashun nahin joie. Apane jarā āpanā pag lambāvi laie.
3.	Let us go. What do you think of heroine?	ચાલો જઇએ. નાયિકાની બાબતમાં તમારો શો વિચાર છે?	Chālo jaie. Nāyikāni bābatmān sho vichār chhe?
4.	Her performance was very good.	એનો કાર્યક્રમ બહુ સારો હતો.	Eno karyakram bahu sāro hato.
5.	Really her future is very bright.	સાચે જ એનું ભવિષ્ય બહુ ઉજ્વળ છે.	Sāche ja enun bhavishya bahu bahu ujval chhe.
6.	She certainly surpassed all the actors.	એ સાચે જ બધા અભિનેતાઓથી આગળ નીકળી ગઇ.	E sāche ja badhā abhinetāothi āgal nikli gai.
7.	None of the others was as good as she was.	બીજા બધામાંથી કોઇ પણ એના જેટલું સારું નહોતું.	Bijā badhānthi koi pan enā jetlun sārun nahotun.
8.	Except the young child Mira who made us all laugh.	ફક્ત નાની છોકરી મીરાને છોડીને જેણે આપણને બધાને હસાવ્યા.	Fakta nāni chokari Mirāne chhodine jene āpanane badhane hasavya.
9.	The bell is ringing. It's time to go back.	ઘંટડી વાગી રહી છે. પાછા જવાનો સમય થઇ ગયો છે.	Ghantadi vāgi rahi chhe. Pacha javāno samay thai gayo chhe.

45TH STEP
પીસતાળીસમી સીડી

ASKING THE WAY
રસ્તો પૂછતાં

	Excuse me. Can you tell me where is the temple?	જરા માફ કરો, તમે મને બતાવી શકશો કે મંદિર ક્યાં છે?	Jarā māf karo, tame mane batāvi shaksho ke mandir kyān chhe?
2.	Which temple do you look for?	તમે કયા મંદિરે જઇ રહ્યા છો?	Tame kayā mandire ji rahyā chho?
3.	I mean the temple of Laxi Narayan.	મારો અર્થ, લક્ષ્મી-નારાયણના મંદિરનો છે.	Māro arth, Laxmi Nārāyana mandirno chhe.
4.	Oh, the Birla Mandir. Go straight to the first traffic light and then turn left.	સારું, બિરલા મંદિર! સીધા પહેલી ટ્રાફિકબત્તી સુધી જાઓ અને પછી ડાબી બાજુ વળો.	Saru! Birlā mandir! Sidhā paheli trāfikbatti sudhi jao ane pachi dābi bāju valo.
5.	I see. Is it far?	સારું. શું એ દૂર છે?	Sārun. Shun e dūr chhe?
6.	Not so far. only one km.	બહુ દૂર નથી, ફક્ત ૧ કિલોમીટર.	Bahu dūr nathi fakta ek kilomitar
7.	Turn left at the first traffic light?	પહેલી ટ્રાફિકબત્તીની ડાબી બાજુ વળો.	Paheli trāfikbatti ni dābi valo.
8.	When you turn left, you will see the temple.	જ્યારે તમે ડાબી બાજુ વળશો તો તમે મંદિરને જોશો.	Jyāre tame dābi bāju valsho to tame mandirne josho.
9.	Thanking you.	તમારો આભાર.	Tamāro ābhār.
10.	Not at all. It is a matter of gladness to help a	એવી કોઇ વાત નથી. અજાણ્યા માણસની મદદ કરવી એ તો	Evi koi vāt nathi. Ajānya mānasni madad karvo e to

stranger.	આનંદની વાત છે.	ānandni vāt chhe

AT THE MEDICAL STORE કેમિસ્ટની દુકાન પર

1. Can you make up this prescription for me, please?	આ ડૉક્ટરના કાગળ પ્રમાણે દવાઓ મને આપશો?	A doktarnā kagal pramane davāo mane āpsho?
2. Certainly gentleman, will you come back later?	અવશ્ય શ્રીમાન. તમે થોડી વાર પછી આવશો?	Avashya shrimān! Tame thodi vār pachi āvasho?
3. How long will it take?	એને કેટલો સમય લાગશે?	Ene ketlo samay lāgashe?
4. Only ten minutes.	ફક્ત, દસ મિનિટ.	Phakta.das minit.
5. Could you recommend something for headache?	તમે માથાના દુઃખાવાની કોઈ દવા બતાવી શકશો?	Tame māthāna dukhavani koi davā batāvi shakasho?
6. Yes, these tablets are very effective. Mostly doctors prescribe them nowadays.	હા, આ ગોળીઓ બહુ જ અસરકારક છે. મોટા ભાગના ડૉકટરો આજકાલ આનેં લખી આપે છે.	Ha, ā golio bahu-ja asarkārak chhe. Motā bhāgna doktaro ājkāl ane lakhi āpe chhe.
7. All right. I will take ten tablets.	સારું. હું દસ ગોળીઓ લઈશ.	Sārun. Hūn das golio laish.
8. Will that be all, gentleman?	શ્રીમાન, આટલી બસ છે?	shrimān, ātali bas chhe?
9. Yes, except for my medicines? Will it be ready now?	હા, ફક્ત મારી દવાઓ રહી. હવે એ તૈયાર થઇ ગઇ હશે?	Ha, fakta māri davāo rahi. Have e taiyār thai gai hashe?
10. Not yet. Wait for a short while. Please be seated.	હજુ નહીં. થોડી વાર રાહ જૂઓ. કૃપયા, બેસી જાઓ.	Haju nahin. Thodi rāh jūo. Kripāya, besi jāo.

ON THE TELEPHONE ટેલીફોન પર

1. Is it Diamond Pocket Books?	આ ડાયમંડ પૉકેટ બુક્સ છે?	A diāmond poket buks chhe?
2. Yes, Diamond. Good morning.	હા જી, ડાયમંડ, નમસ્તે જી.	Hā ji, diāmond namaste ji.
3. May I speak to	હું નરેન્દ્ર કુમારથી વાત	Hun Narendra

Mr. Narendra Kumar?	કરી શકું છું?	Kumārthi vāt kari shakun chhun?
4. Sorry, he has not arrived yet.	માફ કરજો, એ હજુ સુધી આવ્યા નથી.	Māf karjo, e haju sudhi āvyā nathi.
5. Can you tell when he will come?	તમે બતાવી શકો કે એ ક્યારે આવશે?	Tame batāvi shako ke e kyāre āvashe?
6. I don't know. You can give me your message.	મને ખબર નથી. તમે તમારો સંદેશો મને આપી શકો છો.	Mane khabar nathi. Tame tamāro sandesho āpi shako chho.
7. Will you convey him that I—Mr. Lamba called and ask him to ring me back as early as possible.	તમે એમણે જણાવશો કે હું, મિસ્ટર લાંબા, આવેલો અને એમને જેમ જલ્દી બને તેમ મને ફોન કરવાનું કહેજો.	Tame emne janāvasho ke hun, mistar Lambā, āvelo ane emne jem jaldi bane tem mane fon karvānun kahejo.
8. O.K. What is your telephone number please?	સારું, તમારો ટેલીફોન નંબર શું છે?	Sarun, tamāro telifon number shun chhe?
9. My number is 654527*, Mr. Narendra Kumar	મારો નંબર ૬૫૪૫૨૭ છે, મિસ્ટર નરેન્દ્રને ખબર જ છે.	Māro number sixfivforfivtusevan chhe. Mistar Narendrane khabar ja chhe.
10. Very well, sir. I shall tell him as soon as he reaches.	બહુ સારું શ્રીમાન. જે વખતે એ પહોંચશે હું એમને જણાવીશ.	Bahu sārun, shrimān. je vakhate e pahanchashe hun emne janāvish.
11. Thanks. Please remember, it is most urgent. Good bye.	આભાર. કૃપયા યાદ રાખજો. એ બહુ જ જરૂરી છે. આવજો.	Abhār. Kripaya, yad rākhjo. E bahu ja jaruri chhe. Avajo.

46TH STEP
છેંતાળીસમી સીડી

MAKING A TRUNK CALL
ટ્રંકકોલ કરતા વખતે

Post Office	ડાકઘર	
Subscriber–Hellow Exchange!	ગ્રાહક–હલ્લો, એક્સચેંજ!	Grāhak–Hello, exchanj
Operator–Yes, Exchange speaing.	ચાલક–હા જી, એક્સચેંજથી બોલીએ છીએ.	Chālak–Hā ji, exchanj thi bolie chie.
Subs–Please book an urgent trunk call.	ગ્રાહક–કૃપયા એક અરજંટ ટ્રંકકોલ બુક કરો.	Grāhak–Kripayā, ek argent trank kol buk karo.
Op–For which city?	ચાલક–કયા શહેર માટે?	Chālak–Kayā shaher māte?
Subs–For Pune, please.	ગ્રાહક–કૃપયા, પૂના માટે.	
Op–What number, please.	ચાલક–કૃપયા, કયો નંબર?	Chālak–Kripyā, kayo shaher number?
Subs–6543	ગ્રાહક–૬૫૪૩	Grāhak–Chap-anch chart-ran.
Op–Is the call in name of person?	ચાલક–શું કોલ વ્યક્તિગત છે?	Chālak–Shun kol vyaktigat chhe?
Subs–Yes, plese, it is in the name of Yash Shah.	ગ્રાહક–હા, કૃપયા, એ યશ શાહના નામનો છે.	Grāhak–Hā, kri-payā, e Yash Shāh nā nāmno chhe.
Op–Plese spell out the name.	ચાલક–કૃપયા, નામની જોડણી કહો.	Chālak–Kripa, yā, nāmni jodni kaho.
Subs–Y for Yamuna-nagar, A for Agra, S for Srinagar, H for Hyderabad. Deccan College,	ગ્રાહક–યથી યમુનાનગર, અથી આગ્રા, સથી શ્રીનગર, હથી હૈદરાબાદ, યશ શાહ ડેક્કન કોલેજ, પૂના	Grāhak–Ya thi Yamunāna-, nagar, a thi Agrā, sa thi Srinagar, ha

pune.		thi Hidrabād, Yash Shāh, Dekkan kolej, Punā.
Op–OK. Your phone number?	ચાલક–સારું; તમારો ફોન નંબરો?	Chālak–Sārun, tamāro nambar?
Subs–203606	ગ્રાહક–૨૦૩૬૦૬	Grāhak–be shuna tranchha shunya chha
Op–Well, please wait for a five minutes or so.	ચાલક–ઠીક છે, કૃપયા પાંચેક મિનિટ રાહ જોઈ લો.	Chālak–thik chhe, kripayā panchek minit rah joi lo.
Subs–What is my registration number?	ગ્રાહક–મારો પંજીકરણ નંબર શું છે?	Grāhak–Māro panjikaran nambar shun chhe?
Op–B for Bombay 1002	ચાલક–બથી બોમ્બે ૧૦૦૨	Chālak–ba thi bomb. eksunyashunyabe.
Subs–Thanks, you, Sir.	ગ્રાહક–આભાર, શ્રીમાન.	Grāhak–Abhār, shrimān.
[After seven minutes]	[સાત મિનિટ પછી]	Sāt minit pachi
Op–Hellow, is it 203606	ચાલક–હલ્લો, આ ૨૦૩૬૦૬ છે?	Chālak–hallo, a beshunyatranchha chhe?
Subs–Yes speaking.	ગ્રાહક–હા, બોલું છું.	Grāhak–Hā, bolūn chhun.
Op–Here is your trunk call to Pune. Please speek to your person.	ચાલક–તમારો પૂના માટે ટ્રંકકોલ. કૃપયા તમારા વ્યક્તિથી વાત કરો.	Chālak–tamāro pūnā māte trank kol. Kripayā, tamārā vyakti thi vāt karo.
Subs–Thank you very much.	ગ્રાહક–તમારો ખૂબ આભાર.	Grāhak–tamāro khūb ābhār.
Subs–Hellow, Yash	ગ્રાહક–હલ્લો, યશ	Grāhak–Hallo,

150

Shah?	શાહ?	Yash Shāh?
Yash–Speaking.	યશ–બોલી રહ્યો છું.	Yash–Boli rahyo chhun.
Subs–Amit from Delhi.	ગ્રાહક–દિલ્હીથી, અમિત બોલું છું.	Grāhak–Dilhithi Amit bolun chhun.
Yash–Oh! Your father was much anxious about you.	યશ–અચ્છા, તારા પિતાજી બહુ જ તારા માટે ચિંતિત હતા.	Yash–Achhā, tārā pitāji bahu ja tārā māte chintit hatā.
Amit–I arrived here only yesterday.	અમિત–હું અહીંયા હજુ કાલે જ પહોંચ્યો.	Amit–Hun ahiyān haju kale ja pahonchy.
Yash–How are all in family? How is my sister-in-law?–your mother?	યશ–કુટુંબમાં બધા કેમ છે? મારી ભાભી કેમ છે? તમારી માતાજી?	Yash–Kutumbmān badhā kem chhe? Māri bhābhi kem chhe? Tamāri mātāji?
Amit–All are OK. Where is my father?	અમિત–બધા બરાબર છે. મારા પિતાજી ક્યાં છે?	Amit–Badhā barābar chhe. Mārā Mārā pitāji kyān chhe?
Yash–He had gone to attend a literary meeting.	યશ–એ એક સાહિત્ય-સભામાં ગયા છે.	Yash–E ek sāhitya sabhāmān gayā chhe.
Amit–How is he?	અમિત–એ કેમ છે?	Amit–E kem chhe?
Yash–My brother? He is very well. He is busy in compiling a classified dictionary.	યશ–મારા ભાઈ? એ સારા છે. એ એક વર્ગીકૃત શબ્દકોષ સંપાદિત કરવામાં વ્યસ્ત છે.	Yash–Mārā bhāi? E sārā chhe. Ek vargikrit shabdakosh sampādit karvāmān vyasta chhe.

Amit–How is the uncle?	અમિત–કાકા કેમ છે?	Amit–Kākā kem chhe?
Yash–Ver well. Today he has gone to Bombay.	યશ–એ ઠીકઠાક છે. આજે મુંબાઇ ગયા છે:	Yash–E thik-thāk chhe? Aje mumbai gayā chhe.
Amit–Hw much work is to be done yet?	અમિત–હવે કામ કરવાનું કેટલું બાકી છે?	Amit–Have kām karvā-nun ketalun bāki chhe.
Yash–The work is almost done. Only revision is required.	યશ–કામ લગભગ પૂરું થઇ ગયું છે. ફક્ત પુન:અવલોકન જરૂરી છે.	Yash–Kām lag-bhag purūn thai gayun chhe. Fakta pun:avalo-kan jarūri chhe.
Amit–Ask my father to ring me up tomorrow morning at half past six.	અમિત–મારા પિતાજીને કાલે સવારે સાડા છ વાગે મને ફોન કરવાનું કહેજો.	Amit–Mārā pitāji kāle savāre sādā chha vāge mane fon karvānu kahejo.
Yash–OK. I shall convey him.	યશ–સારું, હું કહી દઇશ.	Yash–Sārun, hun kari daish.
[After concluding the talk]	[વાર્તાલાપ પૂરા થતા પછી]	[Vārtālāp pūrā thatā pachi]
Subs–Hellow, Sir my talk s finished. would you kindly let me know the charges?	ગ્રાહક–હલ્લો, શ્રીમાન, મારી વાત પૂરી થઇ ગઇ છે. કૃપયા તમે મને કેટલા પૈસા થયા કહેશો?	Grāhak–Hello, shrimān, māri vāt pūri thai gai chhe. kripyā, tame mane ketlā paisā thayā kahesho?
Op–Rupees Sixty, sir	ચાલક–આઠ રૂપિયા, શ્રીમાન.	Chālak–Ath rū-piyā, shri-mān.
Subs–Thank you.	ગ્રાહક-આભાર.	Grāhak–Abhār.

47TH STEP
સૅંતાળીસમી સીડી

ABOUT A TRIP
ભ્રમણની બાબતમાં

Abha–Puja, have you ever been to Mahabalipuram?	આભા–પૂજા, તું ક્યારેય મહાબલિપુરમ ગયા છે?	Abhā–Pūjā, tun kyārey Mahābalipuram gai chhe?
Puja–No, I could not spare my time for it.	પૂજા–ના, મારી પાસે એને માટે સમય જ નહીં નીકળ્યો.	Pūjā–Nā, māri pāse ene māte samaya ja nahin nikalyo.
Abha–Just have a short trip. It enables you to witness a charming scenery.	આભા–અરે એક નાની ટ્રિપ પર જા. ત્યાં તને ખૂબ જ રમણીક દૃશ્યો જોવા મળશે.	Abhā–Are, ek nani trip par jā. Tyān tame khūb ja ramaniya drashyo jovā malashe.
Puja–OK. I shall go for a short visit tomorrow with my father.	પૂજા–સારું કાલે હું મારા પિતા સાથે એક નાની ટ્રિપ પર જઈશ.	Pūjā–Sārun kāle hun mārā pitā sāthe ek nani trip par jaish.
[Te very next day Abha asks Puja]	[બીજા જ દિવસે આભા પૂજાને પૂછે છે]	Bijā ja divase Abhā Pūjāne puchhe chhe.
Abha–How did you like Mahabalipuram?	આભા–તને મહાબલિપુરમ કેવું લાગ્યું?	Abhā–Tane Mahābalipuram kevun lāgyun?
Puja–It was really marvellous.	પૂજા–એ તો સાચે જ અદ્ભુત હતું.	Pūjā–E to sāche ja adbhut hatun.
Abha–Have you not visited the sculptures by the side of sea-shore?	આભા–તેં સમુદ્ર-કિનારાની બાજુ પર મૂર્તિશિલ્પો નહીં જોયા?	Abhā–Ten samundra kinārā ni bāju par mūrtishilpo nahin

		joyā?
Puja–Indeed, I have, but I am not attacted to it by some religious faith.	પૂજા–હાસ્તો, મેં જોયા પરંતુ મને એમના તરફ આકર્ષણ કોઇ ધાર્મિક ભાવનાથી નહોતું થયું.	Pūjā–Hasto, main joyā parantu mane emnā tasraf ākarshan koi dhārmik bhavānathi nā hotun thayun.
Abha–understand my point. You are a poet. Did you not see any work of art in the sculpture scattered around Mahabalipuram?	આભા–મારો દૃષ્ટિકોણ સમજો. તું એક કવયિત્રી છે. તેં કોઇ કળાકારી મહાબલિપુરમની આસપાસના મૂર્તિશિલ્પોમાં નહીં જોઇ?	Abhā–Māro drashtkon samajo. Tuin ek kavayitri chhe. Tain koi kalākāri Mahāblipuramni āspās nā mūrtishilpomān nahin joi?
Puja–There are certainly works of art and I appreciated them. I was really impressed.	પૂજા–ચોક્કસ, ત્યાં કળાકારીના શિલ્પો છે અને મેં એમની પ્રશંસા કરી. હું સાચે જ પ્રભાવિત થઇ.	Pūjā–Chokkas tyan kalākārina shilpo chhe ane main emni prashansā kari. Hun sāche ja prabhāvit thai.
Abha–Apart this, how did you enjoy the view of sea?	આભા-બીજું, તેં સમુદ્રના દૃશ્યને કેવી રીતે આનંદ લીધો?	Abhā–Bijun, tain samudrana drashyano kevi rite ānand lidho?
Puja–I cannot express that in words. I was marvellous indeed!	પૂજા–હું શબ્દોમાં એનું વર્ણન નથી કરી શકતી. એ ખરેખર અદ્‌ભુત હતું.	Pūjā–Hun shabdomān enun varnan nathi kari shakti. E Kharekhar adbhut hatun.

ABOUT A TOUR યાત્રાની બાબતમાં

Uma–Papa, you are coming back after two months. Please tell me, what places you have visited.	ઉમા–પિતાજી, તમે બે મહિના પછી પાછા આવ્યા છો. બતાવો ને, કઈ કઈ જગ્યાઓ તમે જોઈ.	Umā–Pitāji, tame be mahinā pachi pāchā avyā chho. Batāvo ne, kai kai jagyāo tame joi.
Papa–Come on my daughter. I am returning after touring throughout India.	પિતા–આઓ મારી દીકરી. આખા ભારતની યાત્રા કરીને હું પાછો આવ્યો છું.	Pitā–Ao, māri dikri. Akhā Bhāratni yātrā karine hun pāchā āvyo chhun.
Uma–Papa, were did you go first?	ઉમા–પિતાજી, પહેલા તમે ક્યાં ગયેલા?	Umā–Pitāji, pahelā tame kyān gayelo?
Papa–First of all, I went to Delhi. Delhi is the Capital of India.	પિતા–સૌથી પહેલા હું દિલ્હી ગયો. દિલ્હી ભારતની રાજધાની છે.	Pitā–Sauthi pahelā hun Dillhi gayo. Dillhi Bhārat ni rājdhāni chhe.
Uma–What did you see in Delhi?	ઉમા–તમે દિલ્હીમાં શું જોયું?	Umā–Tame Dillhi shun joiyun?
Papa–In Old Delhi, I saw the Red Fort. I visited the Central Secretariat, the Birla mandir and the Qutub Minar in New Delhi.	પિતા–જૂની દિલ્હીમાં મેં લાલકિલો જોયો. મેં કેન્દ્રીય સચિવાલય, બિરલા મંદિર અને કુતુબ મીનાર નવી દિલ્હીમાં જોયા.	Pitā–Jūni Dillhi mān main lāl kilo joyo. Maín kendriyā sachivālaya, Birlā mandir ane kutub minar navi Dillhi mān joyā.
Uma–Where did you go afterward?	ઉમા–એના પછી તમે ક્યાં ગયા?	Umā–Enā pachi tame kyān gayā?

Papa–After that I went to Bombay. Bombay is the biggest port of India.	પિતા-એના પછી હું મુંબઈ ગયો. મુંબઈ ભારતનું સૌથી મોટું બંદર છે.	Pitā–Ene pāchi hun mumbai gayo. Mumbai Bhāratnun sauthi motun bandar chhe.
Uma–Then you must have witnssed the sea and big ships also.	ઉમા-તો તો તમે જરૂરથી સમુદ્ર અને મોટી સ્ટીમરો પણ જોઈ હશે.	Umā–To to tame jarūrthi samudra ane moti stimaro pan joi hashe.
Papa–Yes, I have seen many ships.	પિતા-હા, મેં ઘણી સ્ટીમર જોઈ.	Pitā–Hā, main stimaro joi.
Uma–Papa, did you not go to Agra?	ઉમા-પિતાજી, તમે આગ્રા નહીં ગયા?	Umā–Pitāji, tame Agrā nahhin gayo?
Papa–Oh yes, I went to Agra also and visited the Taj, and dropped at Mathura too, for a day.	પિતા-અરે હા, હું આગ્રા પણ ગયેલો. મેં તાજ જોયો અને એક દિવસ મથુરા પણ રોકાયો.	Pitā–Are ha, hun pan gayelo. Main Tāj joyo ane ek divas Mathurā pan rokāyo.
Uma–Will you please point out onthe map the places you visited papa?	ઉમા-પાપા, તમે જે જગ્યાઓ જોઈ એ તમે નકશા પર બતાવી શકશો?	Umā–Pāpā, tame je jagyāo joi e tame map par batāvi shaksho?
Papa–Why not my child, come with map. I will show you everything.	પિતા-શા માટે નહીં દીકરી, નકશા લાવ. હું તને બધું બતાવીશ.	Pitā–Shā māte nahin dikri? Map lāv. Hun tame badhun batāvish.
Uma–Thank you Pap, I am coming with classmate Satyakam.	ઉમા-આભાર પિતાજી. હું મારા સાથીદાર સત્યકામ સાથે આવું છું.	Umā–Abhār pitāji. Hun mārā sāthidār Satyakām sāthe avun chhun.
Papa–O.K. my child.	પિતા-સારું મારી દીકરી.	Pitā–Ṣārun māri dikri.

48TH STEP
અડતાળીસમી સીડી

THE VILLAGER & THE URBAN
ગ્રામીણ અને શહેરી

Urban–How are you! I am seeing you after a very long time.	શહેરી–તમે કેમ છો? હું તમે ઘણા સમય પછી જોઈ રહ્યો છું.	Shaheri–Tame kem chho? Hun tamane ghanā samaya pachi joi rahyo chhun.
Villager–Yes friend, I have come here on a particular business and will return back this right.	ગ્રામીણ–હા દોસ્ત, હું અહીંયા કોઈ જરૂરી કામથી આવ્યો છું અને આજે રાત્રે પાછો જઈશ.	Grāmin–Hā, dost, hun ahinyā koi jarūri kāmthi āvyo chhun ane āje rātre pācho jaish.
Urban–Why so soon? Do you hesitate to stay in towns?	શહેરી–આંટલું જલ્દી કેમ? શહેરોમાં રહેતા તમને હિચકિચાહટ થાય છે?	Shaheri–Atalun jaldi kem? Shaheromān rahetā tamane hichkichāhat thāy chhe?
Villager–Yes, gentleman, I don't like town at all. I do not find any pleasure in the filthy atmosphere of the towns–hustle and bustle irritates me.	ગ્રામીણ-હા, મહાશયો, મને શહેર જરા પણ પસંદ નથી. મને શહેરોના ગંદા વાતાવરણમાં કોઈ ખુશી મળતી નથી. ભીડભાડથી મને ચીઢ ચઢે છે.	Grāmin–Hā, mahāshayo, mane shaher jarā pan pasand nathi. Mane shaheronā gandā vatāvaran mān koi khushi malati nathi–bhidbhād thi mane chidh chadhe chhe.
Urban–Wonder! How can you enjoy life without hustle and bustle? I would not bear the caimness and silence of the	શહેરી–આશ્ચર્ય! તમે કેવી રીતે ભીડભાડ વગર જિંદગીનો આનંદ લઈ શકો? મારાથી ગામડાની શાંતિ અને કોલાહલ	Shaheri–Ashcharya! Tame kevi rite bhidbhād vagar jindagino ānand lai shako?

village. It would make me mad.	વગરનું વાતાવરણ સહન નહીં થાય.	Mārāthi gamadāni Shānti ane kolāhal vagarnun vātāvaraṇ sahan nahin thay. E gando banāvi deshe.
Villager–Everyman has his own attitude, but I much love the rural beauty.	ગ્રામીણ–હરેકને પોતાનો દષ્ટિકોણ હોય છે પરંતુ મને ગ્રામીણ સૌંદર્ય પ્રિય છે.	Grāmin–Harrekne potāno drashtikon hoy chhe parantu mane grāmin saundarya priya chhe.
Urban–Are you getting something of this modern age in your village?	શહેરી–શું તમને આ આધુનિક યુગનું કશું પણ તમારા ગામડામાં મળે છે?	Shaheri–Shun tamane a ādhunik yugnun kashun pan tamārā gāmadāmān male chhe?
Villager–The thing which can be gotten in the village can never be gotten in the town.	ગ્રામીણ–જે વસ્તુ ગામડામાં મળી શકે છે એ ક્યારેય શહેરમાં નહીં મળી શકે.	Grāmin–Je vastu gāmdāmān mali shake chhe e kyāreya shahermān nahin mali shake.
Urban–Oh! Do you want to live in quite atmosphere alone? Will your life not be dull without cinema, sports and other social activities?	શહેરી–ઓહ, તમને શાંત વાતાવરણમાં એકલું રહેવું છે? તમારી જિંદગી સિનેમા, ખેલકૂદ અને બીજી સામાજિક ગતિવિધિઓ વગર નીરસ નહીં થઈ જાય?	Shaheri–Oh, tamane shānt vātāvaranmān ekalun rahevun chhe? Tamāri jindagi sinemā, khelkūd ane biji sāmājik gatividhiyo vagar niras nahin thai jay?
Villager–I think that will be much better. Of course the town had made the	ગ્રામીણ–મને લાગે છે કે એ વધારે સારું રહેશે. નિ:સંદેહ શહેરે માનવજીવનને મશીન	Gramin–Mane lage chhe ke e vadhāre sarun raheshe.

human life a machine.	બનાવી દીધું છે.	Ni:sandeh shahere mānav jivanne mashin banāvi didhun chhe.
Urban–But can a nation prosper without its great cities?	શહેરી–પરંતુ શું કોઇ રાષ્ટ્ર એના મોટા શહેરો વિના સમૃદ્ધ થઇ શકે?	Shaheri–Parantu shun koi rashtra enā motā shahero vinā samruddha thai shake?
Villager–But never forget that the foundation of our nation really lies on its villagers. Without the improvement of the village, the nation cannot progress.	ગ્રામીણ–પણ ક્યારેય ના ભૂલો કે આપણા રાષ્ટ્રનો પાયો તો સાચે ગામડાઓ પર નિર્ભર છે. ગામડાની દશા સુધાર્યા વગર રાષ્ટ્ર ઉન્નતિ નહીં કરી શકે.	Gramin–Pan kyāreya nā bhulo ke āpane rāshtrano pāyo to sāche ja gāmdāo par nirbhar chhe. Gāmdāni dashā sudhāryā vagar rashtra unnati nahin kari shake.
Urban–I admit it, but I don't think of leaving the cities.	શહેરી–હું માનું છું પરંતુ હું શહેરોને છોડવાનું વિચારી નથી શકતો.	Shaheri–Hun mānun chhun parantu hun shaherone chodavānun vichāri nathi shakto.
Villager–Thank you for the very good talk. Now, I am in a hurry. We shall talk again whenever we find time. Good bye.	ગ્રામીણ–આભાર, બહુ સારા વાર્તાલાપ માટે. હવે હું બહુ જ જલ્દીમાં છું. આપણે જ્યારે સમય મળશે ત્યારે ફરીથી વાતો કરીશું. આવજો.	Gramin–Abhār, bahu sārā vārtālāp māte. Have hun bahu jaldi mān chhun. Apane jyāre samay malashe tyāre farithi vāto karishun. Avjo.
Urban–Bye-bye. See you again.	શહેરી–ચાલો આવજો. ફરીથી મળીશું.	Shaheri–Sarun āvajo. Farithi malishun.

49TH STEP
ઓગણપચાસમી સીડી

THE DOCTOR & PATIENT
ડૉક્ટર અને દર્દી/રોગી

Patient–Good morning, doctor! Can you spare for me a few minutes?	રોગી–નમસ્તે ડૉક્ટર તમે થોડી, મિનિટ મારા માટે આપી શકશો?	Rogi–Namaste doktar. Tame thodi minit mārā māte āpi shaksho?
Doctor–Why not? Take seat.... Now, tell me what is wrong with you?	ડૉક્ટર–શા માટે નહીં? તમે બેસો... હવે મને કહો તમને શું થયું છે?	Doktar–Shā mate nahin? Tame beso. Have mane kaho tamane shun thayun chhe?
Patient–I have lost my appetite. I am always suffering from indigestion. And what is worse, I cannot sleep well at night.	રોગી–મારી ભૂખ મરી ગઈ છે. મને હંમેશા પેટ ખરાબ્ રહેવાની તકલીફ રહે છે. અને સૌથી વધારે ખરાબ્ તો એ છે કે હું રાત્રે બરાબર ઊંઘી નથી શકતો.	Rogi–Māri bhukh mari gai chhe. Mane hameshā pet kharāb rahevāni taklif rahe chhe. Ane sauthi vadhāre kharāb to e chhe ke hun ratre barābar ūnghi nathi shakto.
Doctor–I see. What are your?	ડૉક્ટર–એમ વાત છે! તમે શું કરો છો?	Doktar–Em vāt chhe! Tame shun karo chho?
Patient–I am a senior poor reader in a well established printing press. I	રોગી–હું વરિષ્ઠ પ્રૂફ રીડર છું, એક પ્રતિષ્ઠિત છાપ-ખાનામાં મારે	Rogi–Hun siniar prūf ridar chhun, ek pratishthit

have to work long hours on my seat.	પોતાની સીટ પર બેસી કલાકો સુધી કામ કરવું પડે છે.	chāpākhānā mān. Māre potāni sit par besi kalako sudhi kām karavun pade chhe.
Doctor–Are you habitual of evening walk?	ડૉક્ટર–શું તમને સાંજે ચાલવા જવાની આદત છે?	Doktar–Shun tamane sānje chalwā javāni ādat chhe?
Patient–No, doctor, I do not go for a walk in the evening. I feel too much tired when I get home, I simply take my food and go to bed.	રોગી–ના, ડૉક્ટર, હું સાંજે ચાલવા નથી જતો. હું જ્યારે ઘરે પહોંચું છું ત્યારે ખૂબ જ થાકેલો હોઉં છું. હું ફક્ત જમીને સૂઈ જાઉં છું.	Rogi–ña, doktar, hun sānje chalvā nathi jato. Hun jyāre ghare pahonchun chun tyāre khūb ja thākelo houn chhun. Hun fakta jamine sūi jāun chhun.
Doctor–As I think, your troubles are due to your indisciplined life. Take rest and do proper physical labour.	ડૉક્ટર–મારા ખ્યાલથી, તમારી તકલીફો તમારી બિનનિયમિત રોજના જીવનના કારણે છે. આરામ કરો અને યોગ્ય શારીરિક પરિશ્રમ કરો.	Doktar–Mārā khyālthi, tamari binniyamit rojāna jivannā kārane chhe. Arām karo ane yogyā shāririk parishram karo.
Patient–I agree with you. I could not get any leave for a long time.	રોગી–હું તમારી સાથે સહમત થાઉં છું. મને લાંબા સમયથી કોઈ રજા નથી મળી.	Rogi–Hun tamāri sāthe sahamat thāun thun. Mane lambā samaythi koi rajā nathi mali.
Doctor–Well. I advise you to go to any	ડૉક્ટર–અચ્છા. હું તમને સલાહ આપું	Doktar–Achhā. Hun tamane

country-side for some days. Rest in the open air, keeping the doors open. Take walk in the morning and the evening. Improve your diet. Be regular in rest and sleep. I think, by following these instructions you will be allright in very short period.	છું કે તમે કોઇ પણ ગ્રામીણ ક્ષેત્રમાં થોડા દિવસ જાઓ. ખુલી હવામાં આરામ કરો, દરવાજા ખુલા રાખીને. સવારે અને સાંજે ચાલવાનું રાખો. ખોરાકમાં સુધાર લાવો. આરામ કરવામાં ને સૂવામાં નિયમિત રહો. મને લાગે છે, આ આદેશોનું કરશો તો તમે બહુ થોડા સમયમાં સ્વસ્થ થઇ જશો.	salāh apun chhun ke tame koi pan grāmin kshetramān thodā divas jāo. khuli havāmān ārām karo, darvājā khulā rākhine. Savāre ane sānje chalvānun rākho. khorākmān sudhār lāvo. Arām karvānamān ne suvāmān niymit raho. Mane lāge chhe a ādesonun pālan karasho to tame bahu thodā samayman swastha thai jasho.
Patient–Thank you, doctor! I shall follow your instructions positively. Thanks!	રોગી–આભાર, ડૉક્ટર! હું તમારા આદેશોનું પાલન જરૂરથી કરીશ. આભાર.	Rogi–Abhār, doktar! Hun tamārā ādeshonun pālan jarūrthi karish. Abhār.
Doctor–Plese visit me after ten days. I think you will improve.	ડૉક્ટર–કૃપયા દસ દિવસ પછી મારી પાસે આવજો. મને લાગે છે તમારામાં સુધાર આવશે.	Doktar–Kripayā das divas pachi māri pāse āvjo. Mane lage chhe tamārāmān sudhār āvashe.

50TH STEP
પચાસમી સીડી

SELF-INTRODUCTION
આત્મપરિચય

1. My name is Shahnaz.	મારું નામ શહનાઝ છે.	Mārun nâm shahnāz chhe.
2. I am an Indian and live in Pune.	હું ભારતીય છું અને પૂનામાં રહું છું.	Hun bhārtiya chhun ane punā mān rahun chhun
3. I have just completed seventeen.	મેં હમણાં જ સત્તર વર્ષ પૂરાં કર્યાં.	Main hamanāj sattar varsh purā karyā.
4. I am a virgin.	હું કુંવારી છું.	Hun kunvāri chhun.
5. I am a student and studying in 10th class.	હું છાત્રા છું અને દસમી કક્ષામાં ભણું છું.	Hun chhātrā chhun ane desmi kakshāmān bhanun chhun.
6. My father is senior officer in P.M.T.	મારા પિતા પી.એમ.ટી. માં વરિષ્ઠ અધિકારી છે.	Mārā pitā PMT mān varishth adhikāri chhe.
7. I have two brothers and three sisters.	મારે બે ભાઈ અને ત્રણ બહેનો છે.	Māre be bhāi ane tran bheno chhe.
8. My elder brother is an engineer.	મારા મોટા ભાઈ અભિયંતા છે.	Mārā motā bhāi abhiyantā chhe.
9. My younger brother is kind hearted.	મારો નાનો ભાઈ દયાળુ હૃદયનો છે.	Māro nāno bhāi dayālu hridaya no chhe.
10. Minaz, Gulnar and Dilshad are my younger sisters.	મિનાઝ, ગુલનાર અને દિલશાદ મારી નાની બહેનો છે.	Mināz, Gulnār ane Dilshād māri nāni bheno chhe.
11. They are moe intelligent than me.	એ લોકો મારાથી વધારે હોંશિયાર છે.	E loko mārā thi vadhāre honshiyār chhe.
12. My aim in life is to be a Scientist.	મારો ઉદ્દેશ્ય જીવનમાં વૈજ્ઞાનિક બનવાનો છે.	Māro udeshya jivanmān vaigyānik banvāno

		chhe.
13. I go to school by bicycle.	હું પાઠશાળા સાઇકલ પર જાઉં છું.	Hun pāthshālā saikal par jāun chhun.
14. I get up somewhat late in the morning.	હું સવારે જરા મોડી ઊઠું છું.	Hun savāre jarā modi uthun chhun.
15. I know, this is bad habit.	મને ખબર છે, આ ખરાબ આદત છે.	Mane khabar chhe, ā kharāb ādat chhe.
16. I am ashamed of it.	આના માટે હું લજ્જિત છું.	Anā māte hun lajjit chhun.
17. Really, I am helpless.	સાચું જોતા, આ માટે હું અસહાય છું.	Sachun jotā, ā māte hun asahāy chhun.
18. I intend to improve my habit.	હું મારી આદત સુધરવા માંગું છું.	Hun māri ādat sudhārvā māngun chhun.
19. I hope, I will overpower it.	મને આશા છે, હું એને સુધારી લઈશ.	Mane āshā chhe, hun ene sudhāri laish.
20. I seek the help of my family members to eradicate this evil.	મારા કુટુંબીજનોની મદદ, મારી આ ખરાબ આદતને હટાવવા માંગું છું.	Mārā kutumbi janoni madad, māri kharāb ādatne hatāvavā māngun chhun.
21. I take bath and thank God for his grace.	હું સ્નાન કરું છું અને ભગવાનનો એની કૃપા માટે આભાર માનું છું.	Hun snān karun chhun ane bhagvānno eni kripā māte ābhār mānun chhun.
22. I have some pen friends too.	મારા થોડા પત્ર-મિત્રો પણ છે.	Mārā thodā patra-mitro pan chhe.
23. I write them now and then.	હું એમને ઘણી વાર વાર લખું છું.	Hun emne ghani vār lakhun chhun
24. I respect my elders and love my youngers.	હું મારા વડીલોનો આદર કરું છું અને નાનાઓને પ્રેમ કરું છું.	Hun mārā vadilono ādar karun chhun ane nānāone prem karun chhun.
25. My mother-tongue is marathi, but I	મારી માતૃભાષા મરાઠી છે, પરંતુ હું ગુજરાતી	Māri mātrubhāshā marāthi

	know Gujarati also.	પણ જાણું છું.	chhe, parantu hun hindi pan jānun chhun.
26.	I shall stay in Delhi for two days more.	હું દિલ્હીમાં બે દિવસ વધારે રહીશ.	Hun Dilhimān be divas vadhāre rahish.
27.	I will visit Red Fort, Qutub Minar, Jama Masjid, Dargah-e-Nizamuddin and Birla Mandir.	હું લાલ કિલા, કુતુબ મીનાર, જામા મસ્જિદ, દરગાહે નિઝામુદ્દીન અને બિરલા મંદિર જોઇશ.	Hun lālkilā, kutub minār, jāmā masjid, dargāhe nizāmuddin ane Birlā mandir joish.
28.	First of all. I am an Indian. I love ail my countrymen.	સૌથી પહેલાં, હું એક ભારતીય છું. આપણા બધા દેશવાસીઓને પ્રેમ કરું છું.	Sauthi pahelān, hun ek bhārtiya chun. Apanā badhā deshvāsione prem karun chhun.
29.	I want to be a useful citizen for my nation.	હું મારા દેશ માટે ઉપયોગી નાગરિક બનવા માંગું છું.	Hun mārā desh māte upayogi nāgrik banavā māngun chhun.
30.	I shall go to England for further studies this year.	હું આ વર્ષે આગળ ભણવા માટે ઇંગ્લેન્ડ જઇશ.	Hun a varshe āgal bhanavā māte Ingland jaish.
31.	I don't believe in formality.	હું ઔપચારિકતામાં માનતી નથી.	Hun aupachārikta mān mānti nathi.
32.	I cordially thank you very much for your hospitality.	તમારા આતિથ્ય માટે હું તમારો હ્રદયથી ખૂબ આભાર માનું છું.	Tamārā ātithya māte hun tamāro hridayathi khub ābhār mānun chhun.
33.	Finally, I hope you will overlook my faults.	અંતમાં, મને આશા છે કે તમે મારી ભૂલોને માફ કરી દેશો.	Antamān mane āshā chhe ke tame māri bhūlo ne māf kari desho.
34.	I wish to be always sincere to everyone.	હું હંમેશા બધા તરફ ઇમાનદાર રહેવાની આશા રાખું છું.	Hun hameshā badhā taraf imāndar rahevani āshā rākhun chhun.

Appendix
પરિશિષ્ટ

Idioms & Proverbs/કહેવતો અને લોકોક્તિઓ
Gujarati-English Dictionary/ગુજરાતી/અંગ્રેજી શબ્દકોશ
Some Important Gujarati verbs/કેટલીક પ્રમુખ ગુજરાતી ક્રિયાઓ

IDIOMS & PROVERBS

કહેવતો અને લોકોક્તિઓ

IDIOMS કહેવતો

1. આંધળાની લાકડી — āndhalāni lakdi — the only support.
   વાક્ય પ્રયોગ–વૃદ્ધ માબાપ માટે એમનો દીકરો જ આંધળાની લાકડી છે.
2. અક્કલનો દુશ્મન — akkalno dushman — idiot.
   પ્ર૦–એ તો અક્કલનો દુશ્મન છે, એનાથી કોઇ આશા ના રાખો.
3. અક્કલ પર પથ્થર પડવા — akkal par pathar padvā — to be befooled.
   પ્ર૦–સુરેશની અક્કલ પર પથ્થર પડયા છે એટલે જ તો એણે બધું એનું ગુમાવી દીધું.
4. પોતાના મોઢે જ વખાણ કરવા — potāna modheja vakhān karvā — to do self-praise.
   પ્ર૦–કાંઇ કરશે કે પછી પોતાના મોઢે જ વખાણ કરતો રહેશે.
5. આંખોં પસારવી — Ankhon pasārvi — to give warm welcome.
   પ્ર૦–કુંવરજીના સ્વાગતમાં લોકો આંખોં પસારી બેઠા હતા.
6. આંખનો તારો — Ankhano tāro — very lovely.
   પ્ર૦–બાળકો માબાપના આંખના તારા હોય છે.
7. આંખની કિરકિરી — Ankhni kirkiri — eye-sore
   પ્ર૦–શિવાજી મહારાજ ઔરંગઝેબ રાજાની આંખની કિરકિરી બન્યા હતા.
8. આકાશ-પાતાળનો ફેર — Akāsh pātālno fer — a world of difference.
   પ્ર૦–બંને ભાઇઓના સ્વભાવમાં આકાશ-પાતાળનો ફેર છે.
9. આસ્તીનનો સાપ — Astinno sāp — a wolf in sheep's clothing.
   પ્ર૦–રવિ તો આસ્તીનનો સાપ છે, એનાથી દૂર જ રહેજો.
10. કાટલું કાઠવું — Kātalun Kādhavun — to destroy completely.
    પ્ર૦–સુરેશે રમેશની દુકાનનું કાટલું કાઢી દીધું.
11. ઇદનો ચાંદ — Idno chānd — rare visits.
    પ્ર૦–દેવેન્દ્ર આજકાલ તું ક્યાં હોય છે? તું તો ઇદનો ચાંદ બની ગયો છે.

12. આંગળી ઉઠાવવી — āngali uthāvavi — to find fault

પ્ર૦–ચરિત્રહીન માણસ સામે બધા આંગળી ઉઠાવે છે.

13. ઉલ્ટી ગંગા — ulti gangā — to carry coal to new castle.

પ્ર૦–આવી ઉલ્ટી ગંગા વહેવા દેશો તો સફળતા તમારાથી દૂર જ રહેશે.

14. ઓગણીસવીસનો ફેર — oganisvishno fer — a little difference

પ્ર૦–મિત્રોના સ્વભાવમાં ઓગણીસવીસનો ફેર છે.

15. એક જ દિશામાં ચાલવું — Ek ja dishāmān chālavun — to treat good and bad in the same way.

પ્ર૦–એ કોઈનું સાંભળતો નથી ને એક જ દિશામાં ચાલે છે.

16. જોર લગાવી દેવું — Jor lagāvi devun — to work hard

પ્ર૦–રમેશે પરીક્ષા માટે સફળ થવા જોર લગાવી દીધું.

17. મૂરતિયો છે — Mūratio chhe — dummy

પ્ર૦–એને કશું નથી આવડતું, ફક્ત મૂરતિયો છે.

18. ડાબા હાથની વાત — Dābā hāthni vāt — an easy job.

પ્ર૦–મારા માટે ગાડી ચલાવવી ડાબા હાથની વાત છે.

19. શહીદ થવું — Shahid thavun — to die in the battle field.

પ્ર૦–રાણા પ્રતાપ લડાઈમાં શહીદ થઈ ગયા.

20. પાછલી વાતોને ઉખેડવી — Pāchali vātone ukhedvi — to rip up old sores.

પ્ર૦–એને પાછલી વાતોને ઉખેડવાનો શોખ છે.

21. ઘીના દીવા કરવા — ghinā divā karvā — to show great pleasure.

પ્ર૦–ડાકૂના માર્યા જવા પર ગામડાનાં લોકોએ ઘીના દીવા કર્યા.

22. દાઝ્યા પર મીઠું લગાવવું. — dāzyā par mithun lagāvavun — to add injuries to wounds.

પ્ર૦–પહેલા જ હું એટલો દુ:ખી છું ને ઉપર દાઝ્યા પર મીઠું લગાવો છો.

23. ચપત થવું — chapat thavun — to take to one's heels.

પ્ર૦–પોલીસના આવતા પહેલાં ચોર ચપત થઈ ગયો.

24. ચાલી જવું — Chāli javun — to die.

પ્ર૦–દીકરાની મોત પાછળ મા પણ ચાલી ગઈ.

170

25. માખણ લગાડવું — Mākhan lagādvun — to flatter.

પ્ર૦-પ્રિયા એના ટીચરને ખૂબ માખણ લગાવે છે.

26. છક્કા છુડાવવા — Chhakā chudāvavā — to force out of gear.

પ્ર૦-ભારતીય સેનાએ પાકિસ્તાની સેનાના છક્કા છોડાવી દીધા.

27. છાતીથી લગાવવું — chātithi lagāvavun — to embrace.

પ્ર૦-મા એ વર્ષોથી વિખૂટા પડેલા દીકરાને મળતાં એને છાતીથી લગાવ્યો.

28. જાળ ફેંકવી — Jal fenkavi — to dig a pit.

પ્ર૦-મોહને અમિતને ફંસાવવા જાળ ફેંકી.

29. દિલનો બોજ હલ્કો કરવો. — Dilno boj halko karvo — to stop worry-ing

પ્ર૦-માતા પિતાએ દીકરીના કુશળતાના સમાચાર સાંભળ્યા તો એમના દિલનો બોજ હલ્કો થઇ ગયો.

30. તનતોડ મહેનત કરવી — Tantod mahenat karavi — to try one's level best.

પ્ર૦-મેં ધંધા કરવા તનતોડ મહેનત કરી.

31. જીવવું દુષ્વાર થવું — Jivavun dushvār thavun — to live in difficulty

પ્ર૦-આ મોંઘવારીના સમયમાં જીવવું દુષ્વાર થઇ ગયું છે.

32. જૂતા ઘસતા રહેવું — Jūtā ghastā rahevun — to roam aimlessly

પ્ર૦-કોઇ ઢંગનું કામ કરો, ક્યાં સુધી આમ જૂતા ઘસતા રહેશો?

33. જળતી આગમાં ઘી હોમવું — Jalti āgmān ghi homavun — to add fuel to the flames.

પ્ર૦-એ પહેલાથી જ ગુસ્સામાં હતો ને તમારી વાતોએ જળતી આગમાં ઘી હોમવાનું કામ કર્યું.

34. ટકાનો જવાબ આપવો — takāno javāb āpavo — to give a flat denial.

પ્ર૦-રાકેશે એની મદદ માંગી પણ એણે ટકાનો જવાબ આપી દીધો.

35. પગ પાછા પડવા — Pag pacha padva — to acknowledge defeat.

પ્ર૦-બિલાડી કૂતરાને જોઇને પગ પાછા પડાવી લીધા.

36. તારા ગણવા — tārā ganavā — to be anxiety.

પ્ર૦-હરીશ ચિંતાના કારણે સારી રાત તારા ગણતો રહ્યો.

37. દમ તોડવો — dam todavo — to die.

પ્ર૦-ડૉકટરના પહોંચ્યા પહેલા રોગીએ દમ તોડી દીધો.

38. દાળમાં કાળુ — dalmān kalu — to be something wrong at the bottom.

પ્ર૦–વચન આપવા પર પણ એ નહીં પહોંચ્યો તો હું સમજી ગઇ કે દાળમાં કાંઇક કાળુ છે.

39. ઊભી પૂંછડિયે નાસવું — ūbhi punchadie nāsvun — to show clean pair of heels.

પ્ર૦–પોલીસને જોઇ ચોર ઊભી પૂંછડિયે નાસ્યો.

40. રાતદિવસ એક કરવો — rāt divas ek karvo — to run about.

પ્ર૦–પરીક્ષામાં સારા નંબર મેળવવા સુરેશે રાતદિવસ એક કરી દીધો.

41. કૂદકે ને ભૂસકે — Kudke ne bhuske — by leaps and bounds.

પ્ર૦–એ ધંધામાં પૈસા કૂદકે ને ભૂસકે કમાવવા માંડયો.

42. સફાયો કરવો — Safāyo karvo — to vanquish.

પ્ર૦–ચોરે ચોરી કરી ઘરનો સફાયો કરી દીધો.

43. ધૂળમોં મળી જવું. — Dhulmān mali javun — to ruin.

પ્ર૦–સુરેશે માતાપિતાની આશાઓને ધૂળમાં મેળવી દીધી.

44. રફૂચક્કર થવું — rafūchakkar thavun — to run away.

પ્ર૦–પૉકેટમાર ચોરી કરી રફૂચક્કર થઇ ગયો.

45. મીઠુંમરચું લગાવવું — mithun marchun lagāvavun — to exaggerate a thing.

પ્ર૦–મહિલાઓને આપસમાં મીઠુંમરચું લગાવીને વાતો કરવાની ટેવ હોય છે.

46. ઊંઘ ઉડી જવી — ūngh udi javi — to get no sleep.

પ્ર૦–દીકરીના લગ્નની ચિંતાથી માની ઊંઘ ઉડી ગઇ.

47. સાફો ઉછાળવો — Sāfo uchālavo — to insult.

પ્ર૦–રમેશે લગ્ન ફોક કરી પિતાનો સાફો ઉછાળ્યો.

48. પડદો ઉડાવવો — padado uthāvavo — to reveal a secret

પ્ર૦–નિરપરાધીને સુરેશે બચાવી લીધો, સમય પર પડદો ઉઠાવી હકીકત જણાવી દીધી.

49. પડદો નાંખવો — padado nankhavo — to conceal.

પ્ર૦–રામે વર્ષો સુધી આ વાત પર પડદો નાંખી રાખ્યો.

50. પાણીપાણી થઇ જવું — pāni pāni thai javun — to be much ashamed.

પ્ર૦-અનિલના વ્યસનોની ખબર મળતા એના પિતા પાણીપાણી થઈ ગયા.

51. પાણી ફેરવી દેવું — pāni fervi devun — to destroy.

પ્ર૦-પુત્રીએ માબાપની આશાઓ પર પાણી ફેરવી દીધું.

52. ધ્રૂસકે ધ્રૂસ્કે રડવું — dhruske dhruske radavun — to weep bitterly.

પ્ર૦-જવાન દીકરાના અકસ્માતમાં મૃત્યુના સમાચાર સાંભળી એની મા ધ્રૂસ્કે ધ્રૂસ્કે રડવા માંડી.

53. ફૂલ્યો ના સમાયો — phūlyo nā samāyo — to be overjoyed.

પ્ર૦-પરીક્ષામાં પહેલો નંબર આવવાથી સુરેશ ફૂલ્યો ના સમાયો.

54. વાળ વાંકો ના થવો — Vāl vānko nā thavo — a narrow escape.

પ્ર૦-અકસ્માતમાં એનો વાળ વાંકો ના થયો.

55. વાટ જોવી — vāt jovi — to wait.

પ્ર૦-પ્રત્ની મોડી રાત સુધી પતિની વાટ જોતી રહી.

56. સ્વાર્થનો સગો — swārthno sago — fair weather friend.

પ્ર૦-સ્વાર્થના સગા તો બધા હોય છે, તકલીફમાં કામ આવે એ જ મિત્ર કહેવાય.

57. મારા મારા ફરવું — mārā mārā pharvun — to roam about.

પ્ર૦-સુરેશ નોકરીની શોધમાં મારો મારો ફરતો રહ્યો.

58. મોઢામાં પાણી આવવું — modhamān pāni āvavun — to feel much greedy.

પ્ર૦-દ્રાક્ષને જોઈને રામના મોઢામાં પાણી આવી ગયું.

59. માખો મારવી — mākho mārvi — to remain idle.

પ્ર૦-સુરેશ ઘરમાં આખો દિવસ પડી રહે છે, નોકરી વગર માખો મારે છે.

60. હવાઇ કીલા બનાવવા — Hawāi kilā banāvavā — to make castle in the air.

પ્ર૦-રમેશ કામ વગેરે કરતો નથી તે હવાઇ કીલા બનાવે છે.

61. મોંઢામાં પાણી આવવું — Modhāmān pāni āvavun — the watering of mouth.

પ્ર૦-હાડકાનો ટૂકડો જોઇ કૂતરાના મોંઢામાં પાણી આવી ગયું.

62. પલાયન થવું — Palāyan thavun — to run away.

પ્ર૦-ચોર ચોરી કરી પલાયન થઈ ગયો.

63. રાઈનો પર્વત બનાવવો — rāi no parvat banāvavo — to make a mountain of a mole hill.

પ્ર૦-એને તો રાઈનો પર્વત બનાવવાની આદત છે. એની વાતોમાં ના આવતી.

64. લોખંડ — Lokhand — to acknowledge supremacy.

પ્ર૦-સરદાર પટેલ લોખંડી પુરૂષ હતા.

65. વચન આપવું — vachan āpavun — to promise.

પ્ર૦-એણે મને વચન આપેલું કે એ મારી સાથે રહેશે.

66. શેખી મારવી — shekhi mārvi — to talk big.

પ્ર૦-એ પોતાને મોટો માણસ ગણે છે ને હંમેશા બડાઇ મારે છે.

67. સામનો કરવો — sāmano karvo — to face.

પ્ર૦-હું હરેક મુસીબતનો ધીરજથી સામનો કરું છું.

68. સર્વસ્વ હોવું — sarvasv hovun — to be all in all.

પ્ર૦-સરોજીની સર્વસ્વ હતી.

69. ઊભી પૂછડિયે ભાગવું — ubhi puchdie bhagvun — to take to one's heels.

પ્ર૦-પોલીસને જોઇ ચોર ઊભી પૂછડીએ ભાગ્યો.

70. હથિયાર નીચે નાંખી દીધા — hathiār niche nankhi didhā — to surrender.

પ્ર૦-ડાકુઓએ પોલીસની આગળ હથિયાર નાંખી દીધા.

71. હાથ પર હાથ રાખીને બેસવું — hāth par hāth rakhine besavaun — to sit idle.

પ્ર૦-કાંઇ કામધંધો કર, આમ હાથ પર હાથ રાખીને ક્યાં સુધી બેસ રહીશ?

72. હાથ પગ મારવા — hāth pag mārvā — to make efforts.

પ્ર૦-એમણે એને મેળવવા ખૂબ હાથ પગ માર્યા.

73. હાથ ધોઇ બેસવું — hāth dhoi besavun — try off.

પ્ર૦-કામને શીખી લે નહીંતો નોકરીથી હાથ ધોઇ બેસીશ.

74. હાથ ઘસતા રહી જવું — hāth ghasatā rahi — to repent.

પ્ર૦-અત્યારથી ચેતી જા, નહીં તો હાથ ઘસતા રહી જવું પડશે.

75. હવામાં મહેલ બનાવવા — Havāmān mahel banāvavā — to build castles in the air.

પ્ર૦-તું કાંઇ કરી બતાવ, હવામાં મહેલ બનાવવાનો શું ફાયદો?

174

PROVERBS લોકોક્તિઓ

1. આંધળામાં કાણો રાજા	Andhālāmān kāno rājā.	A figure among cyphers.
2. અડધો ભરેલો ઘડો છલકાય.	Adadho bharelo gadho chalkāy.	Empty vessels sound much.
3. આપણે ભલા તો જગ ભલું.	Apane bhalā to jag balun.	Good mind good find.
4. ઇલાજ કરતાં પરેજ વધારે સારો.	Ilāj kartan parej vadhāre sāro.	Prevention is better than cure.
5. ઉતાવળિયો તે બાવળિયો.	Utāvalio te bāvalio.	Hurry spoiils curry.
6. એક પંથ બે કાજ	Ek panthi be kāj	To kill two birds with one stone.
7. કામ વહાલું કે દામ	Kam vhaluṅ kadam	Handsom is that handsome does.
8. દીવા નીચે અંધારું.	Divā niche andhārun.	Nearer the chruch further from heaven.
9. જ્યાં સુધી ત્યાં સુધી આસ.	Jyān sudhi tyān sudhi ās.	While there is life there's hope.
10. ફૂલ છે તો કાંટા પણ છે.	Phul chhe to kāntā pan chhe.	No rose without thorn.
11. જેની લાકડી તેની ભેંસ.	Jeni lākdi teṇi bhainsa.	Might is right.
12. દુઃખિઆરાનું દુઃખ એ જ જાણે.	Dukhiārānun dukh ejā jane.	The wearer best knows where the shoe pinches
13. જેવો રાજા તેવી પ્રજા.	Jevo rājā tevi prajā.	As the king so are the subjects.
14. જેવો દેશ તેવો વેશ.	Jevo deshi tevo vesh.	Be a Roman when you are in Rome.
15. જે ગરજે તે વરસે નહીં.	Je garaje te varase nahin.	Barking dogs seldom bite.

16. ફોકો ચણો વાગે ઘણો.	Foko chano vāge ghano.	A little pot is soon hot.
17. લક્ષ્મી લક્ષ્મીને ખેંચે. છે	Laxmi Laxmi ne khenche chhe.	Money begets money.
18. આજે રોકડા કાલે ઉધાર	Aaj rokda kale udhar	A bird in hand is better than two in the bush.
19. નાચ ના જાણે, આંગણું વાંકું	Nāch nā jāne, ānganun vānkun	a bad workman quarrels with the bush.
20. ઊંટવૈદુ	Untavaidu	A little knowledge is a dangerous thing.
21. પાણીમાં રહીને મગરથી વેર કેવું	Pāniman rahine magarthi ver kevun.	To live in Rome and strife with the Pope.
22. સેવા વગર મેવા નહીં	Sevā vagar mevā nahin.	No pain, no gain.
23. મુલ્લાની દોડ મસ્જિદ સુધી	Mullāni dod masjid sudhi.	The priest goes no further than the chruch.
24. લોઢુ લોઢાને કાપે છે	Lodhu lodhane kape chhe.	Diamond cuts diamond
25. ન બોલવામાં નવ ગુણ	Nā bolvāmān nav gun.	Silence is golden.

GUJARATI-ENGLISH DICTIONARY
ગુજરાતી-અંગ્રેજી શબ્દકોશ

Classified Glossary
વર્ગીકૃત શબ્દસૂચી

1. Relations સંબંભી

કાકા	Uncle
કાકી	Aunt
જેઠાણી-દેરાણી	Sister-in-law
દાદા	Grandfather
દાદી	Grandmother
જમાઇ	Son-in-law
નાના	grandfather (Maternal)
નાની	Grandmother (Maternal)
પતિ	Husband
પત્ની	Wife
પિતા	Father
પુત્ર	Son
પુત્રવધૂ	Daughter-in-law
પુત્રી	Daughter
બહેન	Sister
ભત્રીજો	Nephew
ભત્રીજી	Niece
ભાઇ	Brother
ભાણિયો	Nephew
ભાણી	Niece
માતા	Mother
મામા	Uncle (Maternal)
મામી	Aunt (Maternal)
માસી	Mother's sister
સાસરા	Father-in-law
સાસુ	Mother-in-law
સૌતેલી મા	Step-mother

2. Domestic Articles ઘરગથ્થુ વસ્તુઓ

કબાટ	Almirah
ખુરશી	Chair
કાતર	Scissors
ગ્લાસ	Glass
ચટાઇ	Mat
ચમચો	Spoon
ડબ્બો	Box
બાલ્ડી	Bucket
મીણબત્તી	Candle
સાબુ	Soap
હથોડી	Hammer
ખાટલો	Bed
ચૂલ્હો	Stove
છત્રી	Umbrella
ટોપલી	Basket
તાળું	Lock
થાળી	Plate
વાસણ	Utensil
ટેબલ	Table
પટારો	Box
સોય	Needle

દિવાસળી	Matchstick

3. Stationery વાંચવાનો-લખવાનો સામાન

છાપું	Newspaper
કલમ	Pen
ગુંદર	Gum
તાર	Wire
નકલ કરવા કાગળ	Carbon paper
નકશો	Map
ફાઈલ	File
મોહર	Seal
રબરની મોહર	Rubber stamp
પરબીડિયું	Envelope
પીન	Pin
કાગળ	Paper
ટિકિટ	Stamp
ખડિયો	Inkpot
નકલ કરવાની પેનસિલ	Copying pencil
પોસ્ટકાર્ડ	Postcard
દોરી	Tape
રબર	Eraser
કચરા ટોકરી	Waste-paper basket
સ્યાહી	Ink

4. Parts of the body શરીરના અંગ

આંગળી પગની	Toe
આંગળી હાથની	Finger
આંખ	Eye
હોઠ	Lip
એડી	Heel
ખભો	Shoulder
કમર	Waist
છાતી (સ્ત્રી)	Breast
છાતી (પુરુષ)	Chest
જીભ	Tongue
ઠોડી	Chin
દાઢી	Beard
નાક	Nose
પીઠ	Back
પેટ	Stomach, belly
વાળ	Hair
પેઢા	Gums
મોઢું	Mouth
હૃદય	Heart
કાન	Ear
ખોપરી	Skull
ગરદન	Neck
ગળુ	Throat
ગાલ	Cheek
ઘૂંટણ	Knee
ચામડી	Skin
ચહેરો	Face
સાથળ	Thigh
જિગર	Liver
દાંત	Tooth
મગજ	Brain
નસ	Nerve
પેશી	Muscle
પગ	Foot
ફેફસું	Lung
રીડ	Backbone
હાડકું	Bone
હથેલી	Palm

5. Ailments રોગ

કોઢ	Leprosy
કબજિયાલ	Constipation
ઉધરસ	Cough
ગાંઠ	Tumour
ગૂંગો	Dumb
ચક્કર	Giddiness
છીંક	Sneeze
તાવ	Fever
દમ	Asthma
ખરજવું	Ringworm
પથરી	Stone
પરસેવો	Sweat
ગાંડપળ	Insanity
કમળો	Jaundice
ભૂખ	Appetite-hunger
પેસાબ	Urine
જાડાપણું	Fatness
મોતિયો	Cataract
સોજો	Swelling
ઝાડા	Dysentry
ફોલ્લો	Boil
કફ	Phelgm
મસા	Piles
લકવો	Paralysis
મળ	Stool
શીતળા	Smallpox
માતાનો	Headache
દુઃખાવો	
ઉલ્ટી	Vomit

6. Clothes & Wearing વસ્ત્ર અને પરિધાન

ખમીશ	Shirt
કામળો	Blanket
કોટ	Coat
ચાદર	Sheet
ખીસુ	Pocket
ટુવાલ	Towel
મોજા	Socks
પાટલૂન	Pant
બટન	Button
રૂ	Cotton
રેશમ	Silk
ચણિયો	Petti-coat
સાફો	Turban
ટોપી	Cap

7. Ornaments આભૂષણ

વીંટી	Ring
કંગન	Bracelet
બંગડી	Bangle
માળા	Garland
હાર	Necklace
મોતી	Pearl
મૂંગા	Coral
ઝાંઝર	Anklet
હીરા	Diamonds
સોનું	Gold
ચાંદી	Silver
કંદોરો	Girdle

8. Flowers, Fruits & Vegetables ફૂલ-ફળ-શાક

કેરી	Mango
બટાકો	Potato
કાંદો	Onion
ટમેટું	Tamato
દ્રાક્ષ	Grapes
અંજીર	Fig
કમળ	Lotus
કોળુ	Pumpkin

કેળું	Banana
ખજૂર	Date
ગાજર	Carrt
બોર	Plum
મરચું	Chilli
મૂળો	Raddish
સફરજન	Apple
ગુલાબ	Rose
ઘાસ	Grass
જાંબુ	Blackberry
તડબુચ	Watermelon
નારિયેળ	Coconut
સંતરા	Orange
લીંબૂ	Lemon
પપૈયાં	Papaya
ફુદીનો	Mint
ફૂલાવર	Cauliflower
કોબીજ	Cabbage
રીંગણ	Brinjal
મગફળી	Peanut
લસણ	Garlic
ભીંડા	Ladies fingers

9. Minerals ખનિજ પદાર્થ

કોલસો	Coal
ચાંદી	Silver
તાંબુ	Copper
પારો	Mercury
પીતળ	Brass
સીસુ	Tin
લોખંડ	Lead
ક	Iron

10. Cereals & Eatables અન્ન અને ખાદ્ય પદાર્થ

લોટ	Flour
ઘઉં	Wheat
ચણા	Gram
રોટલી	Chapati
ચા	Tea
સાકર	Sugar
જવ	Barley
માંસ	Meat
મુરબ્બો	Jam
તેલ	Oil
દહી	Curd
દાળ	Pulse
દૂધ	Milk
ભોજન	Food
માખણ	Butter
મલાઇ	Cream
મિઠાઇ	Sweets
મધ	Honey

11. Occupation વ્યવસાય

અધ્યાપક	Teacher
કારીગર	Artisan
કળાકાર	Artist
ખેડૂત	Farmer
ખજાનચી	Treasurer
મોચી	Shoe-maker
ઝવેરી	Jeweller
ટપાલી	Postman
તેલી	Oilman
દરજી	Tailor
દુકાનદાર	Shopkeeper
કંદોઈ	Confectioner
ધોબી	Washerman
પહેરેદાર	Watchman
ફેરિયો	Hawker
સુથાર	Carpenter
ભિખારી	Beggar

માછીમાર	Fisherman
માળી	Gardener
મુનશી	Clerk
જમાદાર	Sweeper
વૈદ	Physician
લેખક	Writer
સુનાર	Goldsmith
સંપાદક	Editor

12. Animals પશુ

ઊંટ	Camel
સસલું	Rabbit
ગાય	Cow
ઊંદર	Rat
પંજો	Clow
બિલાડી	Ct
બળદ	Ox
ભેંસ	Buffalo
શિયાળ	Fox
સિંહ	Lion
હાથી	Elephant
કૂતરો	Dog
ગધેડો	Donkey
ઘોડો	Horse
પૂંછડી	Tail
બકરી	She-goat
વાંદરો	Monkey
રીંછ	Bear
વાઘ	Tiger
હરણ	Deer

13. Birds પક્ષી

ઇંડું	Egg
ઘૂવડ	Owl
કબૂતર	Pigeon
માળો	Nest
ચાંચ	Beak
બુલબુલ	Nightingale
મોર	Peacock
હંસ	Swan
કોયલ	Cuckoo
કાગડો	Crow
ગરૂડ	Eagle
ચામચિંડિયું	Bat
પાંજરું	Cage
મરઘી	Hen
મરાઘો	Cock
સારસ	Crane

SOME IMPORTANT GUJARATI VERBS
થોડી મુખ્ય ગુજરાતી ક્રિયાઓ

અકળાવવું	to feel uneasy	ઇચ્છવું	to wish
અટકવું	to be held up	ખેંચવું	to pull
આળસવું	to feel lazy	જાણવું	to know
આવવું	to come	જીતવું	to win
ઉકસાવવું	to provoke	ઝગડવું	to quarrel
ઉખાડવું	to dislocate	ટહેલવું	to stroll
ઉખડવું	to be dislocated	નાંખવું	to put in
ઉગવું	to grow	તરસવું	to long for
ઉગળવું	to talk out	તાડવું	to guess
ઉજડવું	to be ruined	તોડવું	to break
ઉઠવું	to raise	લાવવું	to appear
ઉપાડવું	to lift up	લટકવું	o hang
ઉડાવવું	to fly	લખવું	to write
ઉતરવું	to get down	વિચારવું	to think
ઉતારવું	to unload	સડવું	to decay
ઉધેડવું	to unsew	શીવવું	to stitch
ઊભરાવવું	to overflow	સૂકાવું	to dry up
ઊંઘવું	to sleep	હસાવવું	to amuse
ઓઢવું	to cover the body	હાલવું	to move
કાપવું	to cut	ભેળવવું	to mix
કમાવવું	to earn	ઘુસવું	to enter
કરવું	to do	ફરવું	to wonder
કહેવું	to say	ઘેરવું	to encircle
ધ્રુજવું	to tremble	ધોળવું	to dissolve
ખાવું	to eat	ચાખવું	to taste
ખિજાવવું	to tease	ચઢવું	to rise
રમવું	to play	ચાલવું	to walk
ગાવું	to sing	ચાટવું	to lick
ગણવું	to count	ચોરવું	to steal
ગડવું	to fall	જેવું	to go
ભસવું	to bark	તરવું	to swim
ચમકવું	to shine	હારવું	to lose

ઝૂલવું	to swing	વાંચવું	to read
ટાળવું	to postpone	પધારવું	to arrive
ઢાંકવું	to cover	પહેરવું	to wear
રટવું	to memorize	પાળવું	to bring up
રહેવું	to line	પીસવું	to grind
રોકવું	to stop	બોલાવવું	to call
લગાવવું	to engage	લૂછવું	to wipe
લપેટવું	to fold	ફંસાવું	to be traped
લેવું	to get	ફાડવું	to tear
સજાવવું	to decorate	ફરવું	to go around
સીંચવું	to irrigate	ફૂલવું	to swell
સાંભળવું	to hear	ફેંકવું	to throw
હસવું	to laugh	બકવું	to chatter
ખેંચવું	to sieze	વધવું	to increase
હાંફવું	to pant	બતાવવું	to tell
જોવું	to see	બદલવું	to change
દોડવું	to run	બનાવવું	to make
ધિક્કારવું	to curse	વરસવું	to rain
કાઢવું	to take out	બગાડવું	to spoil
નિભાવવું	to carry on	બોલવું	to speak
પકડવું	to catch	ભાગવું	to run
પચવું	to be digested	માંગવું	to put
પટકવું	to throw down	રચવું	to make